Như Lai Tạng

Như Lai Tạng
Bài Viết: Thanh Tịnh Liên,
Thích Nữ Chân Thiền
Tranh và Bìa : Khánh Trường
Đánh Máy và Trình Bày:
Toàn Diệu, Trịnh gia Mỹ
Ấn Hành : Thiền Viện Sùng Nghiêm
In tại : Printing Technic, California, USA

Thủ bút của Hòa Thượng Thích Tâm Châu

Thanh Tịnh Liên

Thích Nữ Chân Thiền

Thiền Viện Sùng Nghiêm

Sách đã in và sẽ in:

Như Lai Tạng

Nghe Chăng Ai

Tiếng Chuông Ngân

Kỷ Yếu Sùng Nghiêm

Cùng Vầng Trăng Soi

Cùng Nén Tâm Hương

Mục Lục

Như Lai Tạng

Thắp nén Tâm Hương Con :

Kính Cúng Dường và Tri Ân Chư Phật Tổ, Chư Bồ Tát, Chư Hiền Thánh Tăng.

Kính Cúng Dường và Tri Ân toàn thể Quí Thầy Cô, Quí Thiện Tri Thức từ vô thủy...

Kính Cúng Dường và Tri Ân Cửu Huyền Thất Tổ, Cha Mẹ, Gia Đình, Họ Hàng từ vô thủy...

Kính Cúng Dường và Tri Ân Muôn Loài, Muôn Vật, Hữu Tình Vô Tình, Toàn Thế Giới, Đại Vũ Trụ từ vô thủy...

Kính Cúng Dường và Tri Ân Quí Vị Ân, Oán từ vô thủy...

Kính Cúng Dường và Tri Ân Toàn Thể : Quí Vị Bạn Bè Đời, Đạo từ vô thủy...

Kính Cúng Dường và Tri Ân Toàn Thể : Quí Anh Hùng, Liệt Sĩ, Quí Anh Thư, Quí Vị Chiến Sĩ Trận Vong Hữu Danh,Vô Danh, Quí Oan Hồn Vô Thừa Nhận .....từ vô thủy.

Kính Cúng Dường và Tri Ân Toàn Thể : Quí Ân Nhân, Quí Bạn Đạo Hiện Hữu đã đóng góp công lao vô bờ từ thô tới tế, từ vật chất đến tinh thần để tô điểm, hoàn thành về mọi mặt và toàn diện cho Thiền Viện....

Thề nguyện Toàn Thể Chúng Sinh chúng ta đều Siêu Việt Vô Minh Sinh Tử để nhận ra Bản Tính của chính mình vốn là Thường Trụ, vốn là: **Như Lai Tạng**

Như Lai Tạng

Đối với con mắt Phật, Bồ Tát và những ai đã mở con mắt Tâm thì quả là y như Đức Phật đã nói trong Kinh Lăng Nghiêm, Ngài tóm thu tất cả Tứ Khoa Thất Đại: Ngũ Uẩn, Lục Nhập, Thập Nhị Xứ, Thập Bát Giới và Thất Đại về Như Lai Tạng là vì muôn cảnh, muôn vật, muôn sự...nó vốn dĩ như thế không xưa, không nay, không mới, không cũ, không sinh, không tử, không Phật, không chúng sinh...

Còn đối với con mắt của chúng sinh chúng ta thì ngược lại trước cảnh hóa hiện Cực Lạc hiện hữu do Tính Không, còn gọi là Pháp Giới Tính trùng trùng Duyên Khởi ra muôn cảnh vật huyễn hóa dường như có mà không phải thật có, dường như không mà không phải thật không, thì tự dưng không nguyên nhân, không lý do chúng ta tự sinh khởi ra cái Giác tức là cái Kiến, Văn, Giác, Tri (cái Thấy, Nghe, Hay Biết), đó là cái Vọng Giác, Vọng Tâm, rồi từ cái Vọng Giác tức cái Kiến, Văn, Giác, Tri này lại khởi lên một Niệm, tức Nhất Niệm Vô Minh (Vọng Niệm) là Niệm Nhị Biên Phân Biệt luôn đối đãi, chấp thật, chấp giả! Và chúng ta đã tự chấp muôn cảnh muôn vật hiện hữu là có Thật; Cũng vì cái điên đảo của Nhất Niệm Vô Minh này đã đem Trí chuyển thành Thức để rồi sinh ra 84 ngàn phiền não, trần lao! Như vậy là muôn điều đều do Nhất Niệm Vô Minh hóa thân, mà gốc của Nhất Niệm Vô Minh này là Vọng Giác, còn gọi là Vọng Tâm, hay rõ hơn nữa là

Kiến Văn Giác Tri, không ngoài Thân Tâm chúng ta: khi Thấy, Nghe, Hay Biết là Vọng Biết, khi không thấy, không biết là Vô Ký Không, tức Vô Thủy Vô Minh.

Ai ai cũng thắc mắc Vọng Tâm, Vọng Tưởng này ở đâu ra? Nhất Niệm Vô Minh này từ đâu đến? Xin thưa rằng trong Kinh Lăng Nghiêm Đức Phật giảng rõ rằng : Đã gọi là Vọng thì là Giả, là Không Thật; Đã gọi là mơ thì làm gì có nguyên nhân nào như câu chuyện Diễn Nhã Đạt Đa, một hôm soi gương, chợt hoảng hốt khi thấy rằng mình không có đầu. Nổi kích động lớn đến nỗi khiến Diễn Nhã Đạt Đa hóa điên và chạy quanh để tìm xem ai đã lấy mất cái đầu của mình? Cũng như có một giả thuyết khác; cho rằng Diễn Nhã Đạt Đa khi nhìn vào trong gương thấy rằng lông mày, con mắt có thể thấy được thì tại sao cái đầu lại không thấy được mặt mày, cho nên nổi điên giận trách cái đầu và cho là giống yêu quái rồi bỏ chạy.

Chúng ta đều sống trong Mơ, mê muội với cái Vọng Giác và Niệm Nhị Biên Phân Biệt nên trước Cảnh sinh Tâm; Thay vì chúng ta là Phật, là cái vượt ngoài có/không, thật/giả, biết/khôngbiết thì nay tự chúng ta lật ngược lại: Phật thành Chúng Sinh, Cõi Cực Lạc thành Cõi Sa Bà, là cõi Vô Thủy Vô Minh của Thân, Tâm, Thế Giới, cũng là nguồn gốc của Sinh Tử để tự động Vô Thủy Vô Minh là Thể, Nhất Niệm Vô Minh là Dụng, và đây xin nhấn mạnh, nhắc lại ở trên là khi nào chúng ta biết là Vọng Giác, Vọng Biết, khi nào chúng ta Không Biết là Vô Ký Không, tức Vô Thủy Vô Minh!

Với Nhất Niệm Vô Minh suốt đời nầy qua đời khác, chúng ta là người đang Mơ, sống trong cảnh Mơ thì mọi tìm hiểu phân tích, mọi phát minh gì gì chăng nữa cũng chỉ là Mơ, dù giấc Mơ ngắn hay dài, kết quả nào cũng là con số không, vì đã là Mơ thì không phải là thật! Cứ như thế với Niệm Vô Minh này nó thêu dệt mọi Vọng Tưởng Phiền Não, cái Ý Niệm Kiên Cố luôn luôn chấp Thật có Ta, có Người, có Nghiệp Thiện, Nghiệp Ác, có Sinh Mạng với số lượng thời gian, không gian và rồi đi đến kết quả là chúng ta đã tự tạo, tự chiêu cảm nên Vòng Sinh Tử Luân Hồi không bao giờ chấm dứt.

Để tỉnh mộng, chúng ta cần Giác Ngộ thì mới ra khỏi cơn mộng mơ quái ác sinh tử ấy! Mà khi muốn tỉnh mộng, chúng ta cũng phải có phương pháp, nhưng chẳng có phương pháp nào hữu hiệu và thực tế bằng nương vào một phương pháp thực tiễn nhất của Đức Phật, là học hỏi về chính Thân Tâm mình để tỉnh ngộ chính mình.

Khi hiểu biết rốt ráo về mình, rõ biết mình là ai, thì sẽ biết rõ vũ trụ, vạn vật, và cũng là mục đích đã được hoàn tất.

Sau đây là những phần chúng ta cần học để hiểu về chính chúng ta :

I. Thân Tâm Vô Minh.
II. Phương pháp hết Vô Minh.
   1.- Tỉnh mộng (Kiến Tính).
   2.- Sau khi Kiến Tính : "Kiến Tính rồi mới khởi Tu".
III. Kết luận về Tứ Khoa Thất Đại.

I./ **<u>Thân Tâm Vô Minh</u>** : Bởi Vọng Giác (Kiến, Văn, Giác, Tri), Bởi Nhất Niệm Vô Minh mà chúng ta có Thân Tâm Vô Minh; Con người của chúng ta từ ngoài vào trong bao gồm bởi Tứ Khoa, Thất Đại được tóm tắt tổng quát như sau :

1.- Tứ Khoa gồm : Ngũ Ấm, Lục Nhập, Thập Nhị Xứ và Thập Bát Giới.

A./ - Ngũ Ấm : Là Năm cái ngăn che chúng ta không nhận được Tự Tính :

- Ngăn che do ***Hình Tướng*** (Thân và Cảnh) thì gọi là **Sắc Ấm.**
- Ngăn che do ***Cảm Giác*** thì gọi là **Thọ Ấm.**
- Ngăn che do ***Tưởng Tượng*** các Danh Tướng thì gọi là **Tưởng Ấm.**
- Ngăn che do ***Tâm Niệm*** thay đổi bởi các sự vật hoặc đáp ứng với sự vật thì gọi là **Hành Ấm.**
- Ngăn che do những ***Tập Quán*** sai lầm chứa chấp trong Tiềm Thức thì gọi là **Thức Ấm.**

B/.- Lục Nhập : Là Sáu cách thu nạp Trần Cảnh (Tiền Cảnh), ngăn che Tự Tính.

- ➢ ***Nhãn Căn*** thu nạp **Sắc Trần.**
- ➢ ***Nhĩ Căn*** thu nạp **Thanh Trần.**
- ➢ ***Tỉ Căn*** thu nạp **Hương Trần.**
- ➢ ***Thiệt Căn*** thu nạp **Vị Trần.**
- ➢ ***Thân Căn*** thu nạp **Xúc Trần.**
- ➢ ***Ý Căn*** thu nạp **Pháp Trần.**

C./- Thập Nhị Xứ: Là mười hai chỗ sinh ra sự Hay Biết, ngăn che Tự Tính.

- ✓ ***Nhãn Căn*** với **Sắc Trần.**
- ✓ ***Nhĩ Căn*** với **Thanh Trần.**
- ✓ ***Tỉ Căn*** với **Hương Trần.**
- ✓ ***Thiệt Căn*** với **Vị Trần.**
- ✓ ***Thân Căn*** với **Xúc Trần.**
- ✓ ***Ý Căn*** với **Pháp Trần.**

D./- Thập Bát Giới : Là mười tám cái riêng biệt giới hạn gồm:

- ❖ ***Sáu Căn*** (Nhãn, Nhĩ, Tỷ, Thiệt, Thân, Ý).

- ❖ ***Sáu Trần*** (Sắc, Thanh, Hương, Vị, Xúc, Pháp)

- ❖ ***Sinh ra Sáu Thức*** (Nhãn Thức, Nhĩ Thức, Tỷ Thức, Thiệt Thức, Thân Thức, Ý Thức) ngăn che Tự Tính.

2.- Thất Đại (tổng quát) gồm: Đất, Nước, Gió, Lửa, Không, Kiến và Thức.

Thân người gồm :

- **Đất** : Xương, da, lông móng…
- **Nước** : Máu mủ, mồ hôi, nước bọt…
- **Gió** : (Không khí) : hơi thở, thổi hơi
- **Lửa** : Hơi ấm
- **Không**: Hư không vô ký (khi còn Vô Minh)
- **Kiến** : Cái Thấy tĩnh lặng không dao động (Thể)
- **Thức** : Tâm Ý Thức phân biệt nên dao động (các tác dụng nhận biết muôn điều, muôn vật của Thế Gian).

Tứ Khoa, Thất Đại đi vào chi tiết hơn như sau :

❖ **Ngũ Ấm hay Ngũ Uẩn :** Hơi phức tạp, chúng ta sẽ đi từ thô tới tế, từ vật chất đến tinh thần cho nên cái tên của nó cũng theo đó mà thay đổi sao cho hợp tình, hợp lý với nó như những tên: Ngũ Uẩn – Ngũ Trược – Ngũ Vọng và Ngũ Thức.

1- Ngũ Uẩn (Tổng Quát) gồm có Sắc, Thọ, Tưởng, Hành, Thức.

➢ ***Sắc Uẩn :*** Ngăn che Chân Tính bởi mọi Hình Tướng là Thân, Cảnh như tất cả mọi vật có hình tướng và mầu sắc.

- ***Thọ Uẩn:*** Ngăn che Chân Tính do Cảm Giác như mọi sự đau đớn, nóng lạnh...(thuộc về Thân), khổ vui, yêu ghét...(thuộc về Tâm).

- ***Tưởng Uẩn:*** Ngăn che Chân Tính do tưởng tượng các danh tướng của mọi sự vật, Thí dụ: ngồi đây mà tưởng nhớ người, nhớ cảnh bên Việt Nam, và ngược lại từ mọi sự vật trước mắt, tùy theo cá tính riêng, những cái đặc biệt riêng và những cái liên hệ của chúng mà tưởng tượng rồi đặt tên, tạo hình cho chúng.

- ***Hành Uẩn:*** Ngăn che Chân Tính do Tâm Niệm thay đổi từng sát na bởi đáp ứng, va chạm với mọi sự, mọi vật, có nghĩa là Tâm Niệm không bao giờ cố định; Nó bị chi phối, thay đổi theo cảm giác tiếp xúc với muôn cảnh vật. Nói cách khác Tâm Niệm chạy theo vạn vật và bị vạn vật chuyển!

- ***Thức Uẩn:*** Ngăn che Chân Tính do những chủng tử của tập quán, thói quen bảo thủ sai lầm chứa chấp trong tiềm thức: chấp ngã, sân hận, ngạo mạn, nghiền rượu, thuốc...v...v...

Bản tính của chúng ta vốn Thường Trụ, Thanh Tịnh nhưng vì tự chúng ta tạo ra cái Vọng Tâm, đương nhiên phải theo vọng và để Vọng Tưởng choán mất Tâm Tính nên mới sinh ra Ngũ Trược.

2- Ngũ Trược (Ngũ Trược đi vào chi tiết hơn) gồm *có* : Kiếp Trược, Kiến Trược, Phiền Não Trược, Chúng Sinh Trược và Mệnh Trược.

SẮC — ***Kiếp Trược*** (*Từ cái vốn Vô Vi, tự khởi Vọng Giác rồi lật ngược lại để tạo thành kiếp chúng sinh*): Cùng một Tâm Tính mà tự chia làm hai có Năng, có Sở (Ta/Người Thân/Tâm) nhưng giai đoạn này thì Năng Minh (Ta, Tâm Ta) chưa có phân biệt và Sở Minh (Người, Thân Ta) chưa có hình tướng. (*Cái Bào Thai đang cấu tạo chưa thành Thân, Tâm*).

THỌ — ***Kiến Trược*** : (*Giai đoạn Kiến Trược tạo thành Tà Kiến, Vọng Kiến*): Tâm Tính đã bị chia ra có Thân Tâm, có Cảnh, tự đem cái Vọng Hay Biết (Năng Minh) cột vào cái Thân Tứ Đại làm cho những vật vô tri cũng có hay biết, rồi đem Thân đối với Cảnh, Cảnh đối với Thân, nên sinh ra nhiều cảm giác khác nhau, nhưng ở giai đoạn này cảm giác vẫn còn hồn nhiên nên chưa phân tích ra thành sự sự, vật vật. (*Đứa bé đã chào đời*).

TƯỞNG — ***Phiền Não Trược*** (*tạo thành nghiệp quả*) Là ý thức gom góp, tóm thu tất cả mọi cảm giác; khi Thân Tâm đối Cảnh, Cảnh đối với Thân Tâm thì trước tiên Ý Thức phát hiện mọi hình tướng của mọi sự vật,

TƯỞNG — rồi nương theo các hình tướng chung ấy mà phân biệt sự này, vật khác tùy vào từng cá tính đặc biệt hay hình tướng đặc biệt riêng của nó mà đặt tên, mà tạo nên cảnh danh tướng, rồi ưa/ghét, nhớ/thương, nghĩ ngợi, làm cho Tâm Thức luôn luôn bị rối loạn, căng thẳng và khổ não! (*Đứa bé trên đường trưởng thành, đang học hỏi và đang tạo những nghiệp Thiện Ác*).

HÀNH — ***Chúng Sinh Trược*** (*tạo thành chúng sinh trôi lăn*) : Tới giai đoạn này thì cái Vọng Tưởng Thân Tâm đã trưởng thành, có nghĩa là chúng ta đã hoàn toàn rời bỏ Chân Tâm Thường Trụ để nhận cái Vọng Tâm Thức phân biệt, sinh diệt là Tâm mình, nhận cái Thân Tứ Đại Sinh Diệt làm Thân mình thì làm sao mà tránh được quả báo Diệt Sinh! Mặc dù chúng ta muốn sống mãi, nhưng quả báo Sinh Diệt lại bắt buộc những cái có Sống thì phải có Chết nên khi chúng ta phải Chết thì cứ khóc than, luyến tiếc mãi cái sống, do lẽ đó chúng ta cứ bám víu vào hết Thân này đến Thân khác để được sống! Đó là dòng nghiệp báo dài vô cùng tận để chúng ta xoay vần mãi trong Lục. Đạo. (*Đã thành Chúng Sinh, Thân Tâm chấp chước kiên cố như sắt, như thép khó mà chuyển hóa*).

THỨC — ***Mệnh Trược*** *(Định Mệnh an bài cố định)*: Chúng ta sống với Thân nào ở trong Lục Đạo thì bị dính liền với Thân ấy, và phải bị các tổ chức của Thân ấy ràng buộc theo từng bộ phận trên Thân mà lĩnh thụ những cảm giác nhất định làm cho cái Tính Thấy Biết Viên Mãn bị hiện nghiệp hạn chế, cho nên chúng ta chỉ Thấy với Con Mắt, Nghe với cái Lỗ Tai...v...v... (*Chúng Sinh tự tạo nghiệp, tự chiêu cảm để có định mệnh an bài trong 6 nẻo).*

3 - Ngũ Vọng (Cội Gốc của Ngũ Ấm) :

Cội gốc của Ngũ Ấm đều là Vọng Tưởng, chúng ta bao kiếp sinh tử trôi lăn hết Thân này lại qua Thân khác chỉ vì cố chấp, chấp thật cái Vọng Tâm, Ý, Ý Thức là mình, nên khi gá vào Thân nào thì đem Vọng Tâm Thức vào Thân ấy để tạo thành Ngũ Vọng như được trình bày sau đây:

Vọng Tưởng Kiên Cố *(cội gốc của Sắc Ấm) :*

SẮC — Như Sắc Thân hiện tiền của chúng ta đây là Vọng Tưởng Kiên Cố.

Vọng Tưởng Hư Minh *(cội gốc của Thọ Ấm) :*

THỌ — Các Cảm Thọ đều xúc động đến Thân Thể một cách vi tế đến nỗi chỉ tưởng tượng thôi mà Sắc Thân bị ảnh hưởng và

THỌ

bị sai khiến, Thí dụ: chỉ nghe nhắc đến quả chanh, chua lắm mà trong miệng nước bọt chảy ra, nếu cái Sắc Thân của chúng ta không phải đồng một loài hư vọng, duyên cớ gì mà bị ảnh hưởng? chung qui chỉ vì chấp mọi cảm giác là Thật, là thường hằng nên chúng ta mới bị mọi cảm giác thế gian trói buộc chặt chẽ khó mà thoát ra được!

Vọng Tưởng Dung Thông *(cội gốc của Tưởng Ấm)*

TƯỞNG

Ý nghĩ sai khiến Sắc Thân, nếu Sắc Thân không phải cùng loài hư vọng thì làm sao Thân chúng ta lại theo ý nghĩ sai khiến! Lúc thức thì Tâm Thức lúc nào cũng tưởng tượng các danh ngôn, danh tướng, rồi lại từ danh ngôn, danh tướng mà tưởng tượng ra sự sự, vật vật để sống trong cảnh danh ngôn, danh tướng! Khi ngủ thì chiêm bao, cũng sống trong cảnh danh ngôn (lời nói), danh tướng, làm cho Tâm Niệm luôn luôn bận rộn, lay động. Những Vọng Tính tưởng tượng, suy nghĩ lay động đó là Vọng Tưởng Dung Thông.

Vọng Tưởng U-Uẩn *(cội gốc của Hành Ấm) :*

HÀNH

Tư Tưởng cùng thân thể của chúng ta chuyển hóa không ngừng, thầm thầm dời đổi, sinh sinh, diệt diệt mãi từng sát na

HÀNH — mà chúng ta không hề hay biết như: móng tay, tóc dài ra, khí lực tiêu, da mặt nhăn v…v...những cái âm thầm dời đổi, các hành niệm không dừng mà chúng ta không hề hay biết đó là Vọng Tưởng U Uẩn.

***Vọng Tưởng Vi Tế** (cội gốc của Thức Ấm) :*

THỨC — Xin luận bàn sơ qua: Thức Ấm là Đệ Bát Thức, là Vọng Thức vì nó chịu và bị từng niệm, từng niệm hư vọng huân tập; Cái Đệ Bát Thức, Vọng Tưởng Điên Đảo, vi tế huyễn hóa, trống rỗng, tập trung, gom góp và quán xuyến mọi điều Thấy, Nghe, Hay Biết của chúng ta; Tạng Thức này thấy như vẳng lặng, thực ra không phải thế, nó như dòng nước chảy gấp, vì chảy quá nhanh mà trông như đứng lặng chứ không phải là không chảy; Nói cách khác là niệm niệm sinh diệt tiếp nối nhau không dứt, mọi chủng tử liên tục không ngưng… Nếu cội gốc của nó không phải là Vọng Tưởng thì nó đâu có chịu để từng niệm hư vọng huân tập như thế, rồi tự ghi và giữ lại mọi hình ảnh, khiến cho chúng sinh có thể nhớ lại mọi điều trong quá khứ, vậy cội gốc của Thức Ấm là Vọng Tưởng Vi Tế huyễn hóa.

Với cái vọng này chúng ta cột chặt, chấp chặt và mang theo hết đời này sang đời

THỨC

khác, hết Thân này đến Thân khác. Bằng một Vọng Thói Quen, một quan niệm Vọng thật vững chắc không thay đổi, chấp thật Thân Thất Đại và Ngũ Uẩn là mình, rồi ôm theo Thần Thức (Bát Thức Vô Tướng), là cái Luồng Nghiệp Lực bất biến mà lại diễn tiến không hề ngừng từng Sát Na! Nó chính là Luồng Nghiệp Lực cuối cùng khi ta Chết, và nó lại Tái Sinh, nên cũng là Luồng Nghiệp Lực đầu tiên cho ta đi Thọ Thai. Cứ quanh quẩn mãi như thế không bao giờ chấm dứt, để chúng ta phải an phận với Thân Ngũ Uẩn, vì đã lỡ đem Chân Tính Thường Trụ chia ra Sáu Căn làm cho sự Thấy, Nghe, Hay Biết bị ngăn ngại, cách bức nhau, và cũng tự chiêu cảm với định mệnh, để an bài trong Sáu nẻo.

4.- Bát Thức (Ngũ Ấm đi vào vi tế) gồm có :

SẮC, THỌ

A./ Tiền Ngũ Thức (Sắc, Thọ) do: ***Năm Căn***: Mắt, Tai, Mũi, Lưỡi, Thân ***đối với Năm Trần***: Sắc, Thanh, Hương, Vị, Xúc khiến ta có Tiền Ngũ Thức.

TƯỞNG

B./ Tưởng Ấm : Là Ý Thức, cũng còn gọi là (Thức số 6), có rất nhiều nhiệm vụ như nó vừa làm môi giới cho Mạt Na Thức (Thức số 7) vừa liên hệ với A Lại Gia Thức (Thức số 8) bên trong,

TƯỞNG

lại vừa liên hệ với Tiền Ngũ Thức (Năm Thức đầu) bên ngoài; Nó có tên khác nhau tùy theo nhiệm vụ mà gọi như :

Thức Nhị Biên Phân Biệt : Nó luôn phân biệt, học hỏi, quan sát, tính toán, nhận biết về Trần Cảnh (mọi sự, mọi vật của Thế Gian), nếu không có nó thì 6 Căn tiếp xúc từng Sát Na với 6 Trần chỉ có Giác Quan, như Nhãn Căn Thấy mà không biết là Thấy gì! Nhĩ Căn nghe tiếng mà không biết là tiếng của cái gì! cho nên phải có nó mới phân biệt minh bạch, là khi thấy thì thấy người hay vật, mầu xanh hay đỏ; Khi nghe tiếng, thì nghe tiếng người hay tiếng chim kêu, tiếng xe chạy…v…v…

Độc Đầu Ý Thức: Chỉ một mình Ý Thức tự duyên, tự biến, tự tạo dựng những cảnh tượng trong chiêm bao mà không cần liên hệ gì với Năm Căn trước (Ngũ Giác Quan)

Nhiệm Vụ Tưởng Tượng: Nó điên đảo, thêu dệt, tưởng tượng hình tướng rồi đặt tên, đặt tuổi cho các sự sự, vật vật để có cảnh danh ngôn (lời nói): mà nói, mà viết; để có cảnh hình tướng: mà vẽ, mà tả…Rồi lại từ tướng hình,

TƯỞNG

lời nói, lời viết mà tưởng tượng ra sự sự, vật vật ....

Tóm lại, Ý Thức là một trong Tám Thức rất quan trọng vì sự hoạt động của nó rất rộng rãi, chính bản thân nó thì luôn luôn hoạt động ngày đêm, nhưng cũng có lúc gián đoạn như khi ngủ thật say không mộng mơ, khi bị chụp thuốc mê và khi bất tỉnh.

HÀNH

C./ Hành Ấm: Là Ý Căn, Là Mạt Na Thức (Thức số 7) :

Hành là kết quả của Tưởng, cũng là quả của Ý Thức; Nó có rất nhiều nhiệm vụ :

1./

Phần Thô: Bị Ý Nghĩ sai khiến nên tự động Thân Khẩu vâng lệnh thi hành một cách thật hài hòa với Ý Nghĩ.

Phần Tế: Tư tưởng vận hành âm thầm rất vi tế là:

a) Đem tất cả mọi niệm dù Thiện hay Ác vào Tạng Thức (Thức số 8) làm Nhân Nghiệp, cất giữ ở đó để chờ đầy đủ Nhân Duyên mà tạo Quả Thiện hay

Quả Ác, Quả nào đủ Nhân Duyên chín trước thì sẽ được phát hiện ở tương lai.

b) Đem các Pháp, các Chủng Tử, các quả Thiện, Ác từ trong Tạng Thức (Thức số 8) truyền tống ra ngoài khi cần; Do đó nó còn có tên là Truyền Tống Thức.

HÀNH

2./ Là cội gốc của Ý Thức (Thức số 6), sinh ra Ý Thức.

3./ Chấp Ngã, cũng là Thức số 7.

4./ Kẻ coi kho (Kho A Lại Gia Thức).

5./ Suy nghĩ, ôn lại, thu nạp những điều đã học hỏi, nhưng lúc nhớ, lúc quên tùy theo Tiềm Thức đưa ra được cái gì thì gọi là nhớ, Tiềm Thức không đưa ra được thì gọi là quên, chỉ vì Ý Căn không thể duyên, và đi thẳng ngay vào Tiềm Thức được. Như vậy, do Nhớ/Quên, Thức/Ngủ đối đãi mà có Ý Căn; Ý Căn đối đãi với Pháp Trần mà có Ý Thức.

Tóm lại Ý Căn và Ý Thức đều có Chủng Tử Chấp Ngã rất mãnh liệt nhưng hơi khác nhau như:

HÀNH

Thức số 6 (Ý Thức) được dùng khi: Tính toán, học hỏi, mưu mô để bảo vệ, tư lợi cho Bản Ngã.

Thức số 7 (Mạt Na Thức) được dùng khi: bất thần bị cái gì bay vào mắt, bất thần bị lửa chạm vào Thân, bất thần bị ai đánh...thì Mạt Na Thức tự tránh né để Bảo Vệ cho Bản Ngã một cách thật nhanh nhẹn vàsắc bén, trong khi đó thì Ý Thức chưa đủ nhanh để can thiệp.

THỨC

D) Thức Ấm (Thức số 8 vào vi tế) : Thế Giới, Chúng Sinh, Luân Hồi, Sinh Tử đều do Vọng Tâm, Ý, Ý Thức tạo dựng, nên Thân Tâm con người chúng ta gồm có 8 Thức là:

Tiền Ngũ Thức : Nhãn Thức, Nhĩ Thức, Tỷ Thức, Thiệt Thức và Thân Thức (thuộc về Thân).

Thức số 6 : Ý Thức là Thức Nhị Biên luôn luôn phân biệt Trần Cảnh.

Thức số 7 : Mạt Na Thức, chính là Bản Ngã (Ego, tiềm ẩn bên trong).

Thức số 8 : (Đi vào chi tiết và vi tế hơn) Được gọi nhiều tên tùy theo sự huân tập Thiện hay Ác, Tốt hay Xấu mà đổi tên,

THỨC

thường ra khi chưa hiểu gì thì ai cũng gọi nó là Thần Thức tức là Thức Tái Sinh, là Luồng Nghiệp Lực Bất Biến màdiễn biến không ngừng từng Sát Na. Nó là Luồng Nghiệp Lực cuối cùng (chết) và cũng là Luồng Nghiệp Lực đầu tiên khi đi Nhập Thai. Thức này tiềm ẩn rất sâu, sâu hơn Mạt Na Thức rất nhiều và được ví như một cái Kho, rộng mênh mông, sâu thăm thẳm, nó ghi nhận và chứa mọi Hạt Giống Thiện Ác của Thân, Khẩu, Ý để tạo thành một dòng Nghiệp Lực Bất Biến, dài vô cùng tận, Nó liên tục từng Sát Na với các Nghiệp đã tạo, đang tạo và sẽ tạo để định đoạt, an bài cho chúng ta đi vào Lục Đạo.

Thức số 8 có nhiều tên gọi là do sự huân tập :

Lúc ban đầu nó có tên là A Đà Na Thức, bản tính của nó là Vô Ký, không phải Thiện, không phải Ác, tùy theo sự huân tập mà có Thiện, có Ác, có Mê, có Ngộ.

Chúng ta vì một Niệm Bất Giác (Nhất Niệm Vô Minh) chấp có Thật Ngã, vô tình đã huân tập A Đà Na Thức có những Chủng Tử (Tập Khí) Chấp Ngã, do đó A Đà Na Thức được đổi tên là A Lại Gia Thức.

THỨC

Khi chúng ta nhận ra và biết sợ hãi cho cuộc đời dâu bể, sinh diệt nên đi tìm con đường giải thoát, là đã biết Tu Hành và Tu cho đến khi diệt trừ được Ngã Chấp, có nghĩa là Chủng Tử Vô Ngã Trí đã đủ sức mạnh để ngăn cản không cho Chủng Tử Chấp Ngã phát hiện ra nữa, thì A Đa Na Thức đổi tên là Dị Thục Thức (Dị: là khác nhau, Thục: là thành thục).

Dị Thục gồm 3 nghĩ a :

1.- **Khác Thời Gian mà Thành Thục**: Thí dụ mỗi ngày học một ít chữ, lâu ngày sẽ đọc và viết được.

2.- **Khác Loài mà Thành Thục**: Thí dụ học Toán, lúc học trong sách thì khác, đến khi ứng dụng thì lại giải được những bài toán không có trong sách.

3.- **Biến ra mà Thành Thục** : Thí dụ những nhà Khoa Học nghiên cứu lâu ngày thì sự hiểu rộng, biết nhiều được chất chứa trong Tạng Thức nên sẽ có lúc độc xuất phát minh ra những điều không có trong sách đã từng học.

THỨC

Cứ như thế Dị Thục Thức tùy theo những cái Nhân của sự huân tập mà hiện ra Quả, do lẽ đó Dị Thục Thức thường thay đổi cho đến khi Tu Hành tiến triển đến giai đoạn diệt được mọi Pháp Chấp có nghĩa là những chủng tử Pháp Chấp bị Chân-Như-Trí quá siêu việt ngăn cản, không cho hiện hành thì Đệ Bát Thức biến thành Toàn Thiện, không còn là Vô Ký nữa, nên nó không còn chịu cho các Chủng Tử Vô Minh, Bất Thiện huân tập nữa, tới giai đoạn này thì A Đà Na Thức đổi tên là Bạch Tịnh Thức (A Ma La Thức) kết hợp với Đại Viên Cảnh Trí và Hành Giả tu hành đã vào được Kim Cương Địa; Với Giáo Môn thì việc tu hành coi như đã xong, nhưng với Thiền Tông thì tới Bạch Tịnh Thức vẫn còn chưa xong, và còn phải tiến thêm một bước nữa, là ra ngoài cả Thiện lẫn Ác.

E.- Lục Nhập : Là Sáu cách thu nạp các cảm giác của Sáu Căn:

Nhãn Căn : Mắt Thấy
Nhĩ Căn : Tai Nghe
Tỉ Căn : Mũi Ngửi

Thiệt Căn : Lưỡi Nếm
Thân Căn : Cảm Xúc Nóng, Lạnh, Trơn, Nhám...
Ý Căn : Pháp Trần (Mọi Tư Tưởng...)

Trong Sáu cách nhập của Sáu Căn thì Năm Căn đầu, còn gọi là Ngũ Giác Quan, tương đối giản dị, dễ hiểu, riêng Ý Căn là Căn số 6 thì hơi phức tạp và cũng hơi khó hiểu; Chúng ta có thể tạm hiểu như sau :

- **Ý Nhập** : Là sự thu nạp của Ý Căn.

- **Ý Căn:** Là cái Ý Niệm tiềm tàng, nó thu nạp các danh ngôn, hình tướng của mọi sự vật bằng cách nương theo các cảm giác đặc biệt, hoặc do những việc đã học tập, ghi nhớ từ trước thường là qua Ý Thức.

Cũng xin nhắc lại những đặc điểm và nhiệm vụ của Ý Căn một lần nữa: Chúng ta khó thấy và khó rõ về Ý Căn như thế nào vì khi thức thì Ý Thức hoạt động mãnh liệt quá, chỉ khi ngủ thật say không mộng mơ, khi té bất tỉnh, khi bị chụp thuốc mê, lúc ấy Ý Thức tạm ngưng, không phát khởi, thì ta mới thấy được Ý Căn ra sao. Thật ra thì khi ngủ, không phải là hoàn toàn không biết là có mình.

- Cái biết ngấm ngầm trong lúc ngủ là Ý Căn

- *Ý Căn không duyên với ngoại cảnh mà chỉ duyên với những cảnh danh ngôn, danh tướng đã xảy ra trong quá khứ, đã học tập từ trước, hoặc không có trước mắt;* Trong lúc Ý Căn duyên với Pháp Trần như thế thì cái Thấy, cái Nghe hình như rời bỏ ngoại cảnh mà xoay vào bên trong để suy nghĩ, thu nạp, ôn lại những điều đã ghi nhớ, nhưng sự thật thì cái Thấy, Nghe đó cũng chỉ đi đến Pháp Trần mà không vào thẳng được Tiềm Thức, có nghĩa là Ý Căn không thể tự duyên thẳng với các điều đã học tập, mà hoàn toàn trông cậy vào Tiềm Thức đưa ra được điều gì thì gọi là Nhớ, và khi Tiềm Thức không đưa ra được thì gọi là Quên. Do những Nhớ/Quên, Thức/Ngủ, đối đãi như vậy thành ra có Ý Căn. Ngoài những việc ấy ra, Ý Căn không có Tự Thể.

F.- Thập Nhị Xứ: là mười hai chỗ sinh ra sự hay biết, ngăn che Tự Tính

- ***Nhãn Căn*** với **Sắc Trần**
- ***Nhĩ Căn*** với **Thanh Trần**
- ***Tỉ Căn*** với **Hương Trần**
- ***Thiệt Căn*** với **Vị Trần**
- ***Thân Căn*** với **Xúc Trần**
- ***Ý Căn*** với **Pháp Trần**

G.- Thập Bát Giới : Là mười tám cái riêng biệt giới hạn gồm :

- ✓ *Sáu Căn* (Nhãn, Nhĩ, Tỷ, Thiệt, Thân, Ý)
- ✓ *Sáu Trần* (Sắc, Thanh, Hương, Vị, Xúc, Pháp)
- ✓ *sinh ra Sáu Thức* (Nhãn Thức, Nhĩ Thức, Tỷ Thức, Thiệt Thức, Thân Thức, Ý Thức) ngăn che Tự Tính

H.- Thất Đại : Như đã nói ở trên, ngay trang đầu, nay xin nhắc sơ lại :

Trước cảnh hóa hiện của Cực Lạc do Tính Chân Không Diệu Hữu ánh ra, nên có muôn cảnh vật như huyễn, như hóa, chỉ dường như có chứ không phải thật có, dường như không chứ không phải thật không; Sự thật Bản Chất của sự sự, vật vật này là Tính Không, là Pháp Giới Tính, là Tính trùng trùng Duyên Khởi của mọi sự, mọi vật. Chỉ vì trước Cảnh sinh Tâm, tự dưng không nguyên nhân gì cả mà chúng ta sinh khởi ra cái Giác, là Vọng Giác rồi từ Vọng Giác, lại sinh khởi Nhất Niệm Vô Minh là Niệm Nhị Biên đối đãi chấp thật, chấp giả, niệm này đã tự chuyển Trí thành Thức, cho nên khi chúng ta hiểu biết về bất cứ cái gì thì chỉ là Vọng Biết, và khi chúng ta không biết là Vô Ký Không tức Vô Thủy Vô Minh; Cũng do lẽ đó mà có Thất Đại hiện hóa nơi ta và cùng Pháp Giới.

- ❖ **Phong Đại** : Cái Vọng Giác thì sáng suốt và chấp thật. Cái Hư Không thì không hay biết gì, hai cái đối đãi với nhau thành có lay động nên tự phát sinh ra Gió, Gió có tính lay động chính mình và lay động muôn vật, do đó mà có Phong Đại ở nơi ta và ở khắp thế giới.

❖ **Địa Đại** : Gió cứ lay động mãi thì tự sinh ra cát bụi; Cũng chính vì cái Vọng Tâm phân biệt kiên cố quá nên tự nó lập thành tính cứng mà phát hiện ra Đất Đá, Sắt, Thép, Đồng, Chì..v...v...những thứ này có tính ngăn ngại do lẽ đó mà có Địa Đại ở nơi ta, và cùng khắp thế giới.

❖ **Hỏa Đại**: Những tính cứng là Sắt, là Đá v...v... lại bị cọ xát mãi với Gió, thì có Hỏa Đại phát ra cùng khắp Pháp Giới và ở nơi ta. Hỏa Đại có tính biến hóa, nó có khả năng biến mọi vật từ hình dạng này sang hình dạng khác như khi chúng ta nung sắt, nung đá thì chúng chảy thành nước. Cái lạnh cũng là Hỏa Đại chứ không riêng gì cái nóng, như tuyết lạnh cũng làm kim loại rỉ sét.

❖ **Thủy Đại** : Hỏa phát ra mãi, lại đốt những thứ cứng đó chảy thành nước, do đó có Thủy Đại nơi ta và cùng khắp Pháp Giới. Tính của Thủy Đại lưu hành khắp mọi nơi không ở yên một chỗ nào.

Ngũ Đại với Vũ Trụ Thế Giới: Năm thứ Đại (Đất, Nước, Gió, Lửa, Không) dung thông liên hệ, mật thiết với nhau giữa Hư Không, tạo thành Hình Tướng Vũ Trụ Thế Giới:

Ngoài biển cả hơi Nóng (Lửa) luôn bốc lên đốt các vật cứng như đất, đá..v...v...thành Nước chảy xuống:

- ✓ Khi Hỏa Đại mạnh hơn Thủy Đại thì có nhiều gò, nhiều núi cao nổi lên, nhưng nếu ta lấy 2 viên đá đập vào nhau thì có Lửa, còn đem đá đi nấu ở nhiệt độ thật cao thì nó lại chảy ra thành Nước.

- ✓ Khi Thủy Đại (Nước) nhiều quá, mạnh quá mà Địa Đại (Đất) ít quá, kém quá thì :

    - ➢ Chỗ Đất bị lún: thật sâu là biển, chỗ lún nông hơn là sông hồ, lạch v...v... tùy theo chiều sâu của đất bị lún.

    - ➢ Chỗ Đất không bị lún, nhưng vẫn không đủ Đất vì Nước nhiều hơn, thì Đất bị mềm, cây cỏ, rừng rú mọc lên, nhưng khi ta đốt cây cỏ, thì nó thành Đất, và đem Đất ấy vắt ra, thì lại thành Nước, và cứ thế Nước lại bốc hơi lên và v...v...

Thất Đại của Chúng Sinh (đặc biệt là loài người) : Như đã nói rất kỹ ở trên về Tạng Thức (Thức số 8) còn gọi là Thần Thức mà chúng ta đã gắn bó không rời hằng hà sa số Kiếp! Thức tái sinh này Vô

Tướng, là Luồng Nghiệp Lực âm thầm tự động dẫn dắt chúng ta vào vòng Luân Hồi tùy theo nghiệp Thiện/Ác mà chúng ta đã tự tạo, để tự động đi Thọ Thai, đã được chứng minh rất rõ ràng qua "Thập Nhị Nhân Duyên" diễn tiến để có Thân Tâm Tứ Khoa, Thất Đại (Đất, Nước, Gió, Lửa, Không, Kiến và Thức):

Qua Thập Nhị Nhân Duyên :

1./ Vô Minh Duyên Hành : Vì Vô Minh, tức Nhất Niệm Vô Minh, nên có Tự Ngã tạo Nghiệp (**HÀNH**)

2./ Hành Duyên Thức : Cái Nghiệp Ngã, Chấp Thức (số 8) là Ta (**THỨC**).

3./ Thức Duyên Danh Sắc: Ôm Thức (số 8) đi Đầu Thai để có Thân Tâm (Danh Sắc) nhưng chưa thành tựu (**DANH SẮC**)

4./ Danh Sắc Duyên Lục Nhập: Bào Thai đã có Sắc Thân với 6 Căn (**LỤC NHẬP**)

Danh Sắc là Bào Thai:

Danh: Là Bốn Uẩn: Thọ, Tưởng, Hành, Thức chỉ có tên gọi nhưng chưa thành tựu, Thần Thức này tạm có tên gọi, nhưng nó Vô Tướng, là **Tâm**.

Sắc: Tinh trùng của Cha, và noãn trứng của Mẹ là **Thân** Tứ Đại (Đất, Nước, Gió, Lửa).

5./ Lục Nhập Duyên Xúc: Sáu Căn, Sáu Trần tiếp xúc với nhau, đứa bé đã sinh ra (**XÚC**)

6./ Xúc Duyên Thọ: Vì tiếp xúc với nhau nên có Cảm Giác riêng biệt của Sáu Căn để lĩnh thụ mọi hoàn cảnh của đời (**THỌ**).

7./ Thọ Duyên Ái: Vì có cảm giác đặc biệt nên có Ái (**ÁI**).

8./ Ái duyên Thủ : Vì có ái nên Chấp và muốn chiếm giữ (**THỦ**).

9./ Thủ Duyên Hữu : Chấp, giữ chặt rồi nhận làm sở hữu của ta để tạo Nghiệp cho kiếp sau (**HỮU**).

10./ Hữu Duyên Sinh: Đã là Ta, là Của Ta thì phải tạo Nghiệp để tư lợi cho Bản Thân, cũng là gieo Nhân đời này để Thọ Sinh đời sau (**SINH**).

11./ Sinh Duyên Lão: Đã có Sinh thì phải đi đến Già (**LÃO**).

12./ Lão Duyên Tử : Đã có già là phải có Chết (**TỬ**).

Cũng qua Thập Nhị Nhân Duyên: Thân Tâm của chúng ta đối với sự sự, vật vật của Vũ Trụ này đều không ra ngoài vòng của 12 Nhân Duyên :

- ❖ Con người : Đi trọn vẹn cả vòng 12 Nhân Duyên với (Sinh, Trụ, Dị, Diệt).

- ❖ Muôn sự, muôn vật mà chúng ta yêu, ta giữ chặt, chúng cũng ở trong vòng của 12 Nhân Duyên với (Thành, Trụ, Hoại, Không).

Chú Ý :
Thập Nhị Nhân Duyên chỉ rõ tác dụng Luân Hồi của Vô Thủy Vô Minh với Nhất Niệm Vô Minh có nghĩa Tương Đối, hoàn toàn là sự suy tư của bộ óc. Thuyết minh này không dính dáng gì đến Chân Như Phật Tính.Vì Chân Như Phật Tính Siêu Việt Sinh/Diệt, Động/Tịnh, Hữu/Vô và..v...v...

II./ PHƯƠNG PHÁP HẾT VÔ MINH :

Để không nhận giặc làm con, nghĩa là để chúng ta không còn nhận lầm Kiến, Văn, Giác, Tri (Thấy, Nghe, Hay Biết), và Vọng Niệm Phân Biệt làm Thân Tâm mình, rồi khi tu hành sâu hơn thì lại lầm lẫn mà cho rằng nó là Bản Thể Chân Như! Thật ra nó chỉ là cái Vọng Tâm Thức, còn gọi là Thần Thức, Linh Tính, Linh Giác v…v… là cái tự lở lầm, nên tự chiêu cảm, tự chấp chước và tự lật ngược: Trí Tuệ thành Thức Vô Minh, Phật thành Chúng Sinh, Vô Sinh thành Sinh Tử, Cực Lạc thành Sa Bà; Đã tự chúng ta lỡ lầm thì nay cũng chính chúng ta phải tìm một phương tiện nào thích hợp nhất của Đức Phật, là trong 84 Ngàn Pháp Môn được quy tụ lại thành 4 Đại Loại :

1.- Trì Chú
2.- Niệm Phật
3.- Quán Tưởng (Giáo Môn)
4.- Tổ Sư Thiền (Niêm Hoa Thị Chúng, Giáo Ngoại Biệt Truyền)

Dùng một trong bốn cách tu này để chuyển lại cái khái niệm Vô Minh điên đảo, kiên cố chấp chước ấy trở về nguyên thủy của nó là cái vốn dĩ chân chính (Vô Ngôn, Vô Thuyết, Vô Thị, Vô Thức) là cái ra ngoài mọi lý luận, tranh cãi và gán ghép...v...v...

Trước khi đi vào phương tiện thì chúng ta cũng nên tìm hiểu kỹ càng từng Pháp Môn để tránh mọi phức tạp chưa được rốt ráo, mất thì giờ vì phải đi loanh quanh.

Vì bất cứ Pháp Môn nào mà không vào được những điều sau đây thì khó mà đến được kết quả rốt ráo :

- Phủ định Tương Đối
- Thể hiện Bình Đẳng
- Hiển bầy Tuyệt Đối
- Siêu việt cả Bình Đẳng, Tương Đối lẫn Tuyệt Đối.

Lối Về Nguồn

Tám tư ngàn Pháp Môn, Khai Ngộ chúng sinh
Phương tiện Phật dậy, sao thoát khỏi điêu linh
Vì nghiệp chướng, căn, cơ, cao thấp chẳng đồng đều
Nên thiên biến, vạn hóa, tùy duyên khéo độ quần sinh

Chọn đúng lối về, nhanh, dễ, vẫn hơn
Mau, chậm về nguồn tùy ở Pháp Môn
Đừng Tu nhiều đời, loanh quanh luẩn quẩn
Đừng tốn thời gian trở lại cô thôn!

Dù Pháp Môn nao, dù Giáo Môn nào
Mục đích Giác Ngộ, giải thoát lao đao
Chuyển hóa Thức Tâm, toàn Tri Kiến Phật
Sáng soi mặt trời! Tĩnh lặng làm sao!

Tứ Thánh Đế, Thập Nhị Nhân Duyên
Cả Ba Bảy Phẩm Trợ Đạo, đòi hỏi thật chân chuyên
Thiền: Chỉ, Quán, Giáo Môn, cũng hơi rắc rối
Quán, Chỉ thái quá nên chưa tròn viên

Tu theo : Tứ Thánh Đế
Tu Thiền : "Chỉ" (Thừa Thanh Văn)

Muốn xả Thọ, Tưởng nên nhiếp Lục Căn
Dứt Tư Tưởng, Diệt Cảm Giác khó khăn
Chỉ Tịnh, Vô Động là chưa thấy Tính
Tuy lặng bề mặt, sâu dưới còn nguyên

Tu theo : Thập Nhị Nhân Duyên
Tu Thiền : "Quán" (Thừa Duyên Giác)

Thiền Quán, Đoạn Diệt Nhất Niệm Vô Minh
Quán đi, Quán lại, cũng khó viên minh
Chỉ Động, Không Tịnh, cũng chưa thấy Tính
Chân Như, Niệm gì mà Diệt mà Sinh?

Tu theo : Lục Độ Ba La Mật
Thiền : "Chỉ, Quán Đồng Tu" (Thừa Bồ Tát)

Tâm Vật hiệp nhất, bi, lực hy sinh
Lục Độ, Thiền Quán, Phá Vô Thủy Vô Minh
Khi Quán, khi Chỉ sâu vào :
Một Thức, một Trần, một Căn hay Đại
Thất Thức chuyển thẳng, thẳng vào Bát Thức
Ấy vậy còn chưa Tự Định, Tự Minh !

Thanh Văn, Duyên Giác, phạm vi Tương Đối
"Ngã, Pháp" còn chấp, luẩn quẩn, lôi thôi
Động, Tịnh không đồng, sao hợp Diệu Tính!
Bồ Tát còn chưa viên trọn chưa rồi

Tổ Sư Thiền
Tham Thoại Đầu, Công Án
Vô Tu, Vô Chứng (Phật Thừa)

Không Vật, Không Tâm, dứt sạch nghiệp sâu
Thiền tham Công Án, hay tham Thoại Đầu
"Phật Thừa", Chân Như là đây Tuyệt Đối
Viên mãn Thật Tướng, Vô Chứng, Vô Cầu

Chẳng Pháp Môn nào mà không nhiệm mầu!
Khó, dễ, nhanh, chậm, thời gian bao lâu
Siêng năng, chân tu một đời là đủ
Công Án, Thoại Đầu, miên mật về mau.

Pháp Môn nào cũng tuyệt vời vì chung mục đích, chỉ đi nhanh hơn hay chậm hơn mà thôi, do lẽ đó khi tìm hiểu và cân nhắc kỹ càng thì chúng ta sẽ thấy rằng : Tu cách nào cũng đều về kết quả của đối đãi là Có Chứng, Có Đắc, và khi Đắc đến tận cùng là đi vào Vô Vi Niết Bàn, có nghĩa là rời bỏ hẳn Cõi Sa Bà (Hữu Vi) là cõi chúng ta đang hiện sống để đi vào Vô Vi thì thật là không hợp với Tinh Thần Bát Nhã(cốt tủy của Phật Pháp) mà Phật Pháp thì chẳng hề rời Thế Gian Pháp bao giờ! Nếu đi ngược lại với Bát Nhã thì chúng ta tự động rơi vào trường hợp có Trí mà không có Thân (Hữu Trí Vô Thân)! Đã gọi là Vô Vi (Trống Rỗng) thì làm sao có thể Chứng Đắc! Nếu có Chứng Đắc là có Số Lượng, do đó mà Vô Sở Đắc (không có gì để Đắc).

Các Khoa Học Gia, các nhà Triết Học từ xưa tới nay dùng bộ óc và dùng toàn vật chất để tìm hiểu Vũ Trụ, Loài Người ở đâu ra. Có biết đâu rằng càng suy nghĩ, càng tìm hiểu, càng phân tích (Duy Vật Luận) thì lại càng đi lạc và kết quả chỉ đến được con số không. Cũng như người học về :

- **Tiểu Thừa chấp ngã (Duy Vật Luận)**: *Tu theo Tứ Thánh Đế; Phương tiện: Chủ trương Nhiếp Lục Căn để diệt cảm giác*, luẩn quẩn trong Năm Thức đầu, tại chấp thật có Ngã, thật có vạn vật nên lấy vật làm đối tượng, vì nghĩ nó liên hệ mật thiết với Tự Ngã, đổ lỗi cho Sáu Căn đã chiêu tập Trần Cảnh vào, để tạo nên những cảm giác làm chúng ta vướng mắc, do đó người Tiểu Thừa muốn tránh những phiền não ấy nên đóng bít cánh cửa cảm giác, tức là Nhiếp Lục Căn lại, nhưng tiếc thay khi họ nhập định cho dù có trải qua bao thời gian cũng chẳng thể duy trì mãi cái niệm thanh thanh, tịnh tịnh, rút cuộc cũng phải xuất định thì tự động trở lại với những cảm giác cũ của Tự Ngã.

- **Trung Thừa chấp pháp (Duy Tâm Luận)**: *Tu theo Thập Nhị Nhân Duyên; Phương tiện: Chủ trương dứt Nhất Niệm Vô Minh để diệt Tư Tưởng*, Thiền Quán mọi sự vật, luẩn quẩn với Nhất Niệm Vô Minh, (Thức số 6), Hướng nội, dùng Bộ Óc, dùng Nhất Niệm Vô Minh để suy nghĩ và quan sát vạn vật đến cái tận cùng của nó, kết quả lạc vào Vô Ký Không! họ nghĩ rằng đem Ý Căn ngưng lại thì sẽ diệt được tư tưởng, và khi tới được giai đoạn này thì trong Tâm chỉ còn một Niệm thanh tịnh, nên Hành Giả tưởng là đã thành công, nhưng trong thực tế thì cái Nhất Niệm thanh thanh, tịnh tịnh là Vô Ký Không (Vô Thủy Vô Minh), cảnh giới này giống như đồng nhất, nên lầm tưởng là Bản Thể Tuyệt Đối! Có biết đâu, nó vẫn là Nhất Niệm Vô Minh tạm ngưng hoạt động, rồi lại tiếp diễn hoạt động lại! vì nó không ngoài cơ thể hiện hữu, nên vẫn phải chịu mọi tác dụng của cơ thể với sự hạn chế của thời gian, nên khi Hành Giả bị xuất định thì tự động trở lại với Thế Giới tư tưởng, cảm giác! Vậy phương pháp Lý Niệm vẫn là tương đối không ra khỏi phạm vi của Nhất Niệm Vô Minh.

- **Đại Thừa Chấp Không :** *Phương tiện: Thiền Tịnh Song Tu, theo Lục Ba La Mật, chủ trương: Phá Vô Thủy Vô Minh* nhưng chưa phá được nên luẩn quẩn trong Thức (số 7), chớm vào Thức (số 8). Người tu Đại Thừa không chấp nhận việc ngưng nghỉ Lục Căn cũng như dứt Nhất Niệm Vô Minh mà lấy độc, trị độc là dùng ngay Lục Căn và Nhất Niệm Vô Minh để phá Vô Thủy Vô Minh, nhưng chưa trọn vẹn, vì chưa phá được cái "KHÔNG". Chân nghĩa của Đại Thừa Phật Pháp là Tuyệt Đối tự Siêu Việt Thời Gian, Không Gian dù trải qua hằng hà sa số Kiếp vẫn như vậy, nó lại chẳng lìa Thời Gian và Không Gian nên ứng dụng từng giây từng phút trong đời sống hiện tại mà chẳng có một chướng ngại gì.

- **Tối Thượng Thừa Thực Tướng**: *Phương tiện: Tham Thoại Đầu, Công Án*; Dùng Thức (số 6) vào Thức (số 7) rồi vào Thức (số 8) phá vỡ Không

Chấp. Trực Chỉ Chân Tâm, tức trực tiếp chỉ thẳng Phật Pháp Tuyệt Đối.

Bốn Thừa thực ra chỉ là Nhất Thừa, đều vô cùng quý giá, thấy như khác nhau, đối lập, mâu thuẫn nhau, nhưng đồng một mục đích và khi tiến tới mục đích Tuyệt Đối thì mọi mâu thuẫn, đối lập đều biến thành đồng nhất.

Để không đi loanh quanh và đạt tới đúng tinh thần Phật Pháp là Thực Tướng, Thực Hành và Thực Dụng thì cái Nhất Niệm Vô Minh huyễn hóa không thật kia là thủ phạm của cội nguồn Tương Đối, cũng là chủng tử của Vô Thủy Vô Minh phải được siêu việt, bằng cách dùng ngay nó đi thẳng vào Vô Thủy Vô Minh (Thức số 8) để phá cái **KHÔNG CHẤP** này mà đạt Bản Thể Tuyệt Đối.

Muốn tiến vào Tuyệt Đối phải phủ định được Tương Đối, tức Ngộ, mà muốn Ngộ thì phải Nghi, vì: Tiểu Nghi Tiểu Ngộ, Đại Nghi Đại Ngộ, Không Nghi Không Ngộ.

Vậy muốn Nghi chỉ có một cách là Tham Công Án, Tham Thoại Đầu.

Cách Tham Thiền :

A./ Căn bản : Ngồi Thiền cho đúng cách, nhưng không có nghĩa là phải ngồi Kiết Già.

B./ Tham Thiền là kiếm cho mình một Công Án, hay một câu Thoại Đầu thích hợp, Thí dụ:

- ❖ Công Án "MU" hay "Tôi Là Ai".v…v…
- ❖ Câu Thoại Đầu : Khi chưa có Trời Đất

  Ta là cái gì?

  Hay Niệm Phật là Ai? .v…v…

Chọn một câu, và cứ tự hỏi liên tục 24/24. Khi thì hỏi ra tiếng, khi thì hỏi thầm, suốt ngày đêm : ăn, ngủ, làm việc, nghỉ ngơi v…v…

- ➢ Đừng hiểu lầm Tham Thiền là ngồi Thiền; Tham là hỏi, hỏi để Nghi, Có Nghi thì sẽ có Ngộ, tuy nhiên chỉ Tham Thiền mà không ngồi Thiền là vô cùng thiếu sót! Chúng ta rất cần ngồi , ngồi càng nhiều càng tốt, do lẽ đó mà có những buổi Nhiếp Tâm 2 ngày, 5 ngày, 7 ngày v…v…Đức Thích Ca còn phải ngồi 49 ngày thì chúng ta là gì mà không ngồi? Thường thì trong những buổi Nhiếp Tâm dễ có cơ hội "Ngộ".

- ➢ Tham Thiền không dùng Thức Tâm phân biệt đi truy tìm (tìm hiểu, đoán mò để giải đáp câu hỏi), vì truy tìm chỉ là Hồ Nghi, là lọt vào Tương Đối vì dùng trí óc để suy lường tức Thế Gian Pháp, còn Chính Nghi thì chỉ cho Tâm không hiểu, không biết chứ không cho Tâm đi truy tìm là không dùng bộ óc, nên không lọt vào Tương Đối tức Xuất Thế Gian Pháp.

Vậy : Tham là hỏi. Dùng câu Công Án hay Thoại Đầu để Hỏi, Hỏi một cách rõ ràng từng chữ, phải kiên trì mà Hỏi, Hỏi bằng cả 84 ngàn lỗ chân lông, và 360 cái xương trong Thân mình chứ không chỉ Hỏi bằng miệng là niệm Công Án; chỉ cần chú tâm 100% mà Hỏi, không giải đãi, không nôn nóng thôi thúc, không mong cầu dĩ nhiên không hôn trầm; Hỏi mãi sẽ có Nghi, Nghi tức không hiểu, càng không hiểu càng Hỏi tiếp dù Vọng Tưởng bời bời nổi lên cũng kệ nó, không cần đè nén hay cắt đứt nó, cứ chú tâm vào Công Án mà Hỏi tới mải, Hỏi không ngừng, để không bị dán đoạn Câu Hỏi ấy, là chúng ta sẽ có công phu miên mật, công phu này tự quét sạch mọi Vọng Tưởng, tự khởi Nghi Tình, chứ đừng cứ cố tạo Nghị Tình; Khi Nghi Tình thành khối tức đến giai đoạn Đầu Sào Trăm Thước, vẫn cứ tiếp tục tham và tham mãi...(có nghĩa là từ Đầu Sào Trăm Thước tiến thêm một bước nữa) thì tự động bộ óc sẽ tạm ngưng hoạt động, Nhất Niệm Vô Minh ngừng, cũng là đã lìa được Ý Thức; Khối Nghi này tự động phá vỡ Vô Thủy Vô Minh (Cái KHÔNG), còn gọi là Căn Bản Vô Minh, là Cội Nguồn Sinh Tử.

Thật lạ thay, Hành Giả tự động ôm trọn cái kết quả đạt Đạo của Nhị Thừa vì đã phá được Ngã, phá được Pháp; Đồng thời cũng ôm trọn cái đạt Đạo của Đại Thừa vì đã phá được cái KHÔNG (Vô Thủy Vô Minh). Hành Giả đã vào được Tuyệt Đối, trọn vẹn Tứ Thánh Đế, Thập Nhị Nhân Duyên, Ba Mươi Bảy Phẩm Trợ Đạo, Lục Ba La Mật, Bát Chánh Đạo...v...v... cũng là đã **Đắc Giới**, và mỗi hành động, lời nói đều rõ **Niêm Hoa Thị Chúng** (Lý Sự, Định Huệ Viên Dung). Thức (số 6) đã chuyển, thì Thức (số 7), Thức (số 8) phải chuyển theo và tự động chuyển cả Năm Thức đầu). Hành Giả đã biết rõ mình là ai và Vũ Trụ là gì. Tuy nhiên mới là vào giai đoạn khởi Tu để sẽ Ngộ sâu hơn và đi đến Viên Mãn.

Sau khi Kiến Tính :

a./ Phần Ấn Chứng: Sau khi đã Kiến Tính, để minh chứng, xác nhận cho sự khám phá ra Ta Là Ai? Vũ Trụ Vạn Vật là gì? thì chỉ cần đi thật sâu vào một trong bảy Bộ Kinh sau đây như: Kinh Lăng Nghiêm, Kinh Pháp Bảo Đàn của Lục Tổ, Kinh Lăng Già, Kinh Viên Giác, Kinh Pháp Hoa, Kinh Kim Cương, Kinh Duy Ma Cật là thấy rõ Lý Sự y chang.

b./ Kiến Tính Khởi Tu: sau việc Ấn Chứng của Thầy, của Kinh Phật, của Tổ thì Hành Giả vẫn tiếp tục với ngàn, vạn Công Án ở một trong những Bộ Kinh đã nói ở trên và vẫn ngồi Thiền là tự động giữ Giới, nhưng phải bỏ mọi Tập Khí, thói hư đến tận cùng, cứ làm như thế thì sẽ không còn một chút mây mù gì của Ngũ Uẩn và mới tiến tới Viên Mãn được.

Như Đức Phật và Lục Tổ Huệ Năng đã nói: "Tứ Khoa, Thất Đại" là Như Lai Tạng với đầy đủ : Tam Thân, Tứ Trí, Ngũ Nhãn và Lục Thông. Như vậy Thất Đại thành Thất Bảo như Kinh Lăng Nghiêm Đức Phật đã từng thuyết :

Tính Chân Không là Chân Giác
Tính Chân Giác là Chân Không
Tính của Địa, Thủy, Hỏa, Phong là Chân Không
Tính của Chân Không là Tính Địa Thủy Hỏa Phong

1./ Cũng là Tam Thân :

- Vô Thủy Vô Minh nay trở thành :
  THỂ là ***Pháp Thân*** ----> **Định** ---> **Công Đức**

- Kiến, Văn, Giác, Tri (Thấy, Nghe, Hay Biết) thành:
  TRÍ là ***Báo Thân*** ----> **Huệ** ----> **Trí**

- Lục Căn : (Mắt, Tai, Mũi, Lưỡi, Thân, Ý) thành:
  DỤNG là ***Ứng Thân***---> **Giới**----> **Hạnh**

2./ Bát thức chuyển thành Tứ Trí

1./ Tiền Ngũ Thức chuyển thành "Thành Sở Tác Trí"

2./ Thức Số 6 chuyển thành "Vô Phân Biệt Trí" hay "Diệu Quan Sát Trí"

3./ Thức Số 7 (Mạt Na) chuyển thành "Bình Đẳng Tính Trí"

4./ Thức Số 8 (A Lại Gia) chuyển thành "Đại Viên Cảnh Trí"

3./ Ngũ Căn thành Ngũ Nhãn: Tùy theo sự Ngộ nông sâu, trí tuệ cỡ nào mà có Ngũ Nhãn :

- ***Nhục Nhãn*** : Con người khi còn Vô Minh.
- ***Thiên Nhãn***: Như những vị tu Tiên, Thánh (Khi đắc Đạo)
- ***Huệ Nhãn*** : Những người Tu Tiểu Thừa, Trung Thừa khi Đắc Đạo.
- ***Pháp Nhãn*** : Các Vị Bồ Tát (Đại Thừa)
- ***Phật Nhãn*** : Phật có cả Ngũ Nhãn.

Tóm lại nếu Hành Giả chỉ quanh quẩn trong Năm Thức đầu với Thức (số 6) mà đắc được thì cũng chỉ trong vòng Nhục Nhãn, Thiên Nhãn đến Huệ Nhãn.

Nếu Hành Giả phá được Thức (số 7) và đã mon men vào Thức (số 8) thì được Nhục Nhãn, Thiên Nhãn, Huệ Nhãn, Pháp Nhãn và cuối cùng nếu Hành Giả vào được Thức (số 8), phá được cái KHÔNG (là Vô Thủy Vô Minh) cũng là phá được cội nguồn Ý Thức thì sẽ có cả Ngũ Nhãn, tức Phật Nhãn (vượt Thấy và Chẳng Thấy).

4./ Lục Thông : Sáu Căn Mắt, Tai, Mũi, Lưỡi, Thân, Ý đã thông suốt, không còn bị cách bức; Một tức sáu, sáu tức một, thực ra chẳng có gì đáng gọi là một, là sáu vì nó ra ngoài số lượng, Thời Gian lẫn Không Gian.

Thời gian là : Số lượng (số Một đến Sáu).
Không gian là : Các Căn (các Căn choán một phần không gian).

III.- Kết Luận : Tóm lại, khi đã trực nhận ra Bản Thể thì lúc ấy :

❖ Nhất Thể Tam Thân, Thể Dụng như một. Định Huệ bình đẳng, diệu dụng hằng sa, ba tức một, một tức ba (thực ra chẳng một, chẳng ba vì siêu số lượng).

❖ Giống như Diễn Nhã Đạt Đa khi đã hết điên thì thấy cái đầu của mình vẫn đấy chứ đâu có mất bao giờ; cũng giống như chúng ta hết Vọng Tưởng Vô Minh thì tự động Tỉnh Mộng và thấy cái gì nó là cái đó, vẫn y nguyên (Như Thị) chứ có phải chuyển, phải lật, phải đập, phải phá cái gì đâu, vì Chân Tính không phải là vật thì làm sao có thể đập phá, hay tạo thành? Nó hoàn toàn vượt ngoài suy luận đối đãi, vượt ngoài có/không, thật/giả và đúng y Bát Nhã :

Thân Tâm, Cảnh Giới Bát Nhã tự ra ngoài đối đãi:

Sắc Tức Thị Không,
Không Tức Thị Sắc

phi tâm, phi vật, vô Tu, vô Chứng, nhưng Tính không rời Tướng, Tướng không rời Tính, Phật Pháp không ngoài Thế Gian Pháp, chúng ta không ngoài Vũ Trụ Vạn Vật, Vũ Trụ Vạn Vật không ngoài ta,

Cũng là:
"Cảnh vốn tự Không đâu cần hoại Tướng"
(Kinh Pháp Hoa)

(Mọi sắc tướng, vũ trụ vạn vật cũng như Thân Ngũ Uẩn của chúng ta tự là "KHÔNG" chứ không cần phải diệt rồi mới có "KHÔNG")

Trong Động có Tịnh, trong Tịnh có Động. Động là Tịnh, Tịnh là Động, Động Tịnh Như Như, cho nên cái xao động và cái không xao động đều Như Như bình đẳng, thế mới thật là không xao động, như vậy mới trọn vẹn cả Trí lẫn Thân, thật là Vsi Diệu.

Chú Ý : *Mọi danh từ : Ngộ, Đắc, Phá, Đi, Về, tên của các Thừa và tên của bất cứ gì trong bài viết này đều là Giả Danh, đều là Phương Tiện!*

Tỉnh Mộng
Đi Thôi,
Trở Về Nguồn

Không có một ai có thể chen vào những giấc mộng của ai để mà khuyên bảo hay giải quyết gì được, mà phải chính người ấy Tự Ngủ và Tự Tỉnh Mộng mà thôi. Thật vậy, khi chúng ta đang Ngủ Mơ, Mơ những gì, dù là Giấc Mơ đẹp nhất hay hãi hùng nhất thì người ngoài cũng không thể xen vào Giấc Mộng ấy, để mà chia xẻ với chúng ta những cái hay, cái đẹp, hay để cứu chúng ta ra khỏi những nguy hiểm, tai biến khi chúng ta đang trong Cơn Mơ.

Qua những cơn Mộng Mơ ngắn hằng đêm ấy, chúng ta còn có cơ hội tự tỉnh, tự thức dậy được vì đó chỉ là **Chiêm Bao Nhắm Mắt**! Còn Cơn Mộng dài vô cùng tận, khó mà chấm dứt, chúng ta phải giáp mặt, phải đối diện hằng ngày không thể tránh được; Đó là cuộc đời và đó cũng chính là **Cơn Trường Mộng**, Cơn Trường Mộng này không được nhắm mắt mà là **Cơn Trường Mộng Phải Mở Mắt.**

Khi **Chiêm Bao Nhắm Mắt** còn không ai có thể chen vào được để mà giúp chúng ta Tỉnh Thức thì huống chi là **Chiêm Bao Mở Mắt!** Hay chính chúng ta đã Tự Mê thì cũng chính chúng ta phải Tự Tỉnh, không gì khác được!

Trong cơn Mộng Đời hay trong cơn **Mở Mắt Chiêm Bao** dài này hỏi có chi lạ? Và có cần phải Tỉnh Mộng để thoát ra ngoài nó không?

Xin thưa rằng cũng còn tùy: Vì có nhiều người rất ưa thích trò chơi Luân Hồi, sướng khổ của cuộc đời, trái lại cũng rất nhiều người chán ngán mọi phức tạp, khổ đau của Thế Giới Tương Đối này nên khi phải đối diện với nó đã nhận ra rằng: Cuộc đời không có cái gì ngoài sự tranh dành, hơn thua, buồn vui, yêu ghét, sang hèn, sinh tử..v...v...cho nên mới muốn được giải thoát ra ngoài **Cơn Trường Mộng** hãi hùng ấy!

Như đã nói ở trên cho dù là **Mộng Dài** hay **Mộng Ngắn**, đều phải do chính mình Tự Thức Tỉnh, bởi thế nếu muốn **Tỉnh Giấc Mộng Dài** đằng đẳng này thì chỉ có một cách duy nhất là chúng ta đang ở Thế Giới Tương Đối, hãy tạm tìm cho mình một phương tiện thích hợp nào đó để đi vào **Chân Lý Tuyệt Đối**. Chân Lý ấy đã sẵn có trong muôn loài, muôn vật chúng sinh chúng ta nhưng chỉ vì chúng ta Chấp Thật Có Ngã, Thật Có Pháp và ham trò chơi Vô Minh, nên chúng ta mới quên mất nó! Nay tạm dùng phương tiện để quay lại với nó thì mới xong. Khi chúng ta xoay ngược được dòng đời để rồi trực nhận ra **Chân Tâm** của Chính Mình, thì cái giây phút trực nhận ra ấy gọi là Kiến Tính hay Giác Ngộ, và cũng là chúng ta đã tỉnh được **"Cơn Trường Mộng Mở Mắt"** vô cùng điên đảo, phiền não đó.

Cái tạm gọi là **Chân Lý, Chân Tâm** ấy, nó không phải là Pháp Hữu Vi (Có) để cho chúng ta Tu Học được và nó cũng không phải là Pháp Vô Vi (Không) để chúng ta Chứng Diệt, vì nếu có Tu, có Chứng được thì Diệu Tính này chẳng phải Vốn Vô Vi, Vốn Vô Sinh; Cho nên còn Có Chứng, Có Đắc là còn Có Sinh. Chẳng Có Chứng, Có Đắc mới thật là Vô Sinh mà đã Vô Sinh là Vô Tử.

Chân Lý này Đức Phật tạm gọi là **Phật Tính** và mọi Tôn Giáo cũng đều có cái tên riêng để đặt và để gọi nó, nhưng dù đặt tên gì chăng nữa thì cũng không thể nào ra ngoài được cái Tướng mà Vô Tướng, Vô Tướng mà là Tướng, tức cái Thật Tướng của Bát Nhã, tự nó trọn vẹn :

- Trí Tuệ Vô Ngần Mé
- Lòng Từ Bi Vô Lượng
- Bình Đẳng Tuyệt Đối

Trong thực tế chúng ta cũng nhận thấy rằng vì có Trí Tuệ mới có Từ Bi, Bình Đẳng; Và có Từ Bi Bình Đẳng là có Trí Tuệ. Vậy thì **Trí Tuệ, Từ Bi, Bình Đẳng là MỘT**. Tạm gọi là Một thôi vì trong Chân Lý không có cái gì là Một, không có cái gì là Nhiều, và cũng không có cái gì là Thời Gian, Không Gian nhưng nó lại cũng không hề rời Vũ Trụ Vạn Vật bao giờ! Nó là Vô (Không) nên Vô Tướng, và vì Vô Tướng nên mầu nhiệm thiêng liêng. Nó lại là Hữu (Có) nên vi diệu hiện tướng và thể hiện hữu dụng. Sở dĩ nó hiển hiện ra công dụng ở thế gian như thế chỉ vì **Bản Thể của nó Ẩn Mật**! Cho nên chúng ta gọi nó là Diệu Lý. Cái Diệu Lý Ẩn Ẩn Hiện Hiện này nó Phi

Hữu, Phi Vô, cũng là Cội Gốc của Muôn Pháp trong Vũ Trụ Thế Gian này.

Sau đây tạm có 6 cách khá thực tế để chúng ta có thể tỉnh được **"Cơn Trường Mộng Mở Mắt"** quá ư là phức tạp này :

1./ Chấp Nhận Sự Thật một cách chân thành và hiểu biết để rồi giải quyết trong an hòa, sáng suốt, không làm tổn thương ai, và không than trời, trách đất về mọi hoàn cảnh tốt, xấu đang diễn tiến ấy, vì đó là cái nghiệp quả do chính mình đã gieo nhân.

2./ Sám Hối về mọi sự việc, mọi hoàn cảnh tốt xấu

❖ **Sám Hối khi ở hoàn cảnh tốt :**

Sám hối cho thân, khẩu, ý trong từng giây, từng phút về những tội như: Chấp thật mình đẹp, mình cao sang hơn người về mọi mặt, để rồi ngạo mạn, vênh váo và nhìn đời bằng nửa con mắt! Thay vì làm cái việc ngớ ngẩn, tội lỗi ấy thì chúng ta hãy dùng hoàn cảnh nhiều phước báu này làm bàn đạp để tu, để thăng hoa.

❖ **Sám Hối khi ở hoàn cảnh xấu :**

Xin Sám Trừ cho thân, khẩu, ý trong từng sát na về những tội lỗi đã lỡ phạm từ Thủy tới nay, và những lỗi sau nếu còn có ý tái phạm thì phải cải hối ngay để được tiêu tai nghiệp chướng. Thường thì hoàn cảnh xấu để dẫn chúng ta vào Đạo; Chúng ta hãy dùng hoàn cảnh xấu hiện tại đây để tiến tu, để được giải thoát mọi phiền não và sinh tử.

3./ **Biết Ơn** : Hãy biết ơn trong mọi hoàn cảnh xấu cũng như tốt vì nhờ nó mà chúng ta được sáng mắt hơn, hiểu biết hơn và cũng vì nhờ nó mà chúng ta chịu tu hành, chịu buông bỏ mọi vướng mắc của đời để tiến tới **Chân, Thiện, Mỹ.**

❖ **Biết ơn khi ở hoàn cảnh tốt :**

Có rất nhiều người vì quá giàu sang, phú quý, quá đầy đủ, quá thành công ở đời, nên lại rất dễ buông xả mọi thứ ấy để tiến vào con đường Đạo.

❖ **Biết ơn khi ở hoàn cảnh xấu:**

Cũng có rất nhiều người vì cuộc đời quá đau khổ nên dễ chán nản, dễ buông bỏ cuộc đời để đi tìm Chân Lý Giải Thoát.

4./ Thề Bồi, Sửa Đổi : Nên thề bồi để sửa chữa mọi lỗi lầm, mọi thói hư, tật xấu của Thân, Khẩu, Ý trong từng giờ, từng phút, trong mọi sự việc, mọi hoàn cảnh xấu cũng như tốt. Vì có sự thề bồi là có phát nguyện, có mục đích; Mà đã phát nguyện, đã thề bồi là đã có sự sợ hãi và khi có sợ hãi thì tự động sẽ dũng mãnh mà tu sửa.

5./ Ăn Chay, Ngồi Thiền, Công Phu :

❖ **Ăn Chay :**

Cho sức khỏe của chính mình và cũng là tỏ lòng thương sót chúng sinh.

❖ **Ngồi Thiền :**

➢ Thiền cho miên mật thì từ Tán Loạn Tâm sẽ về Nhất Tâm, rồi Vô Tâm, rồi vượt Vô Tâm, Hữu Tâm để tự động Siêu Thân tâm.

➢ Cũng là tự động nhổ được tận gốc Tam Độc: Tham, Sân, Si.

❖ **Công Phu :**

Dùng Trì Chú, Niệm Phật, Tham Công Án, Tham Thoại Đầu làm công phu ngay cả những lúc đi, đứng, nằm, ngồi, làm việc, nghỉ ngơi v...v.... Khi công phu không buông lơi sẽ tự động tiến tới giai đoạn Vô Tham nghĩa là đang Tham một cách quá miên mật, đến nỗi tưởng như không Tham, lúc ấy sự Chú Tâm đã đến tột độ và nghi tình cũng đã thành khối;

Nếu chúng ta vẫn cứ tiếp tục với độ Tham ấy thì dù không muốn chúng ta cũng sẽ phải biết mình là ai và khi biết mình là ai, thì coi như đã đạt được mục đích, cũng là đã **Tỉnh Giấc Chiêm Bao Mở Mắt** rồi.

6./ Tụng Kinh hay Xem Kinh :

Sau khi đã Tỉnh Mộng thật sự, chúng ta vẫn giữ cách Chú Tâm ấy mà đi vào Kinh Sách để sự Tỉnh Ngộ được Viên Mãn hơn vì trong Kinh Sách có cả triệu triệu, tỉ tỉ Công Án, Thoại Đầu mà chỉ có người đã mở Con Mắt Tâm mới có thể hiểu đúng nghĩa Chân Lý, và đó cũng là môi trường tuyệt diệu để chúng ta tiếp tục tinh tấn, sâu sắc hơn bằng những Kinh Sách, Công Án ấy!

GHI CHÚ :

Nói đến Kinh là nói đến lời Phật giảng dậy trong 49 năm, nhiều vô cùng, vô tận...Kinh nào cũng hay, cũng rốt ráo tuyệt vời nhưng chúng ta có đọc trọn đời cũng không thể hết được! Do lẽ đó chỉ nên đọc và đi sâu vào một trong những Kinh có liên quan trực tiếp đến Pháp Môn chúng ta đang theo. Thí dụ như theo "Tổ Sư Thiền" Trực Chỉ Chân Tâm thì có 7 Bộ Kinh sau đây rất trực tiếp:

1./ Kinh Lăng Nghiêm
2./ Kinh Lăng Già
3./ Kinh Viên Giác
4./ Kinh Pháp Hoa

5./ Kinh Kim Cương
6./ Kinh Pháp Bảo Đàn (Lục Tổ Huệ Năng)
7./ Kinh Duy Ma Cật

Tỉnh Mộng Đi Thôi Trở Về Nguồn

Hằng sa kiếp rồi, mãi lăn trôi
Cứ lạc loài thôi, quên hết lối về rồi
Ôi thương đau? Trở về mau
Nổi trôi chi hoài, trong biển nước mắt thương đau!

Sao mơ chi mãi ? Tỉnh mộng đi thôi
Ôi tiền tài! Ôi danh vọng! Ôi sắc đẹp! Ôi cuộc đời!
Dù lộng lẫy, huy hoàng như ánh sáng mặt trời
Cũng chỉ là bọt sóng, là sương sớm, là vọng lôi

Sao mơ chi mãi? Tỉnh mộng đi thôi
Mơ đến bao giờ mới nguôi?
Mơ suốt ngày đêm!
Mơ hết cả cuộc đời

Muôn kiếp người :
Có ai mà không khóc than?
Có ai mà không nát tan?
Mà không mất mát?
Có ai mà không hoạn nạn, điêu tàn?

Ôi làm sao?
Làm sao tỉnh mộng thật, cho hết chơi vơi?
Làm sao biết đường nào về nguồn, về cội?
Làm sao hết vô minh? Không còn ngu tối?
Làm sao có tự tại, dứt sạch nghiệp luân hồi?

Về:
Cứ Thiền đi sẽ biết đường về
Cứ Thiền đi sẽ hết si mê
Thiền, cứ Thiền không còn đau khổ
Thiền tu xong, trọn vẹn muôn bề.

Một Sự Thật Phơi Bày

Nhất Tâm, Rỗng Không sao đầy sức sống
An Lạc, Nhiệm Mầu Chân Nghĩa Tính Không!

Xin quý vị hãy ngắm nhìn thật kỹ bằng con mắt Bát Nhã, vô tư, không thành kiến, không phân biệt, không vướng mắc, thì ngay đây, trước mắt chúng ta, muôn loài, muôn vật, khắp vũ trụ bao la đều đang hiển hiện một sức sống thật sống động, thật thiêng liêng và huyền diệu, không thể nào giải thích hết bằng lời nói hay bằng văn tự cho được.

Toàn thể vũ trụ, vạn vật đang cùng chúng ta hòa nhịp điệu rất tự nhiên, từng giây, từng phút, không hề ngưng nghỉ và không có cái gì có thể tách rời khỏi cái gì được; Một Sức Sống Vi Diệu đang biểu lộ ngay nơi người, nơi vật, nơi muôn loài v...v... Có phải chúng ta đang cùng hư không, trời xanh, nước biếc, đất đá, núi đồi, hoa lá, cỏ cây, muôn loài hữu tình, vô tình, với muôn mầu sắc, muôn hình dạng v...v... Tất cả đều sinh hoạt, đều cùng nhau đóng góp tài năng sẵn có, để cùng tô vẽ một bức tranh đầy sống động và vô cùng linh diệu tuyệt vời.

Đồng thời chúng ta cũng đang cùng nhau ca, cùng nhau hòa tấu và trình diễn một buổi : "Ca, Hòa Nhạc Sống" dài vô cùng tận với những nhạc cụ sẵn có của chúng ta, được đem dùng một cách thật hài hòa, khéo léo, và thích hợp trong từng vị trí, từng môi trường; Kể cả những chú sâu, cô kiến, dù nhỏ, dù lớn, không một ai mà không làm trọn vẹn nhiệm vụ của mình trong từng các vai trò không khác gì những vị nhạc sĩ, ca sĩ, Siêu Việt! Để cho khúc nhạc đời mầu nhiệm với muôn vạn âm thanh nhịp nhàng, thánh thót kéo dài vô tận... Khúc nhạc đầy năng lực này, cũng khó diễn tả bằng ngọn bút và lời nói vì không thể nào tả cho siết được sự siêu việt tột cùng ấy! Thế mà lạ thay và hân hạnh biết bao! Là chính chúng ta đang hiện hữu và đang cùng sử dụng nguồn năng lực, nguồn sống chung sẵn có ấy.

Qua một chứng minh nhỏ dưới đây, sẽ thấy rõ hơn: Giữa chúng ta với vũ trụ, vạn vật đều nằm trong một trạng thái bắt buộc, nhưng lại rất tự nhiên là phải có sự liên hệ thật mật thiết, không thể nào thiếu nhau trong từng giây, từng phút; Có phải là đời sống của chúng ta:

- ✓ Không thể thiếu người trồng lúa, trồng rau, trồng hoa trái v…v…để có thức ăn hàng ngày.

- ✓ Không thể thiếu người dệt vải, làm quần áo để mặc.

- ✓ Không thể thiếu người chế muôn vật dụng cho nhu cầu cần thiết của cuộc sống chúng ta.

- ✓ Không thể sống ngoài các vị: Sĩ, Nông, Công, Thương. Lại cũng không thể thiếu người xây nhà để ở, người xây cầu cống, làm đường xá để đi.
- ✓ Không thể thiếu không khí, khoảng không gian rộng mênh mông, và cũng không thể

thiếu bóng mặt trời, mặt trăng, đất nước v...v...

Tóm lại, chúng ta cần tất cả muôn loài, muôn vật quanh ta, nghĩa là cần toàn thể vũ trụ, vạn vật.

Đã không thể thiếu nhau, không thể xa nhau thì phải chăng chúng ta là đồng nhất, mà đã là đồng nhất thì chính chúng ta là muôn loài, là muôn vật, là đại vũ trụ không sai khác. Vậy :

" Một là tất cả, tất cả là Một. "

Đã là nhau, đã không ai có thể thiếu ai trong cuộc sống, thì tại sao chúng ta không kính trọng, trân quí, thương yêu, và từ bi với nhau? Nếu đã hiểu và biết thương người như thương chính bản thân mình, thì đương nhiên là chẳng bao giờ chúng ta nỡ làm tổn thương bất cứ một vật gì đang hiện hữu và đang cùng ta góp mặt, cùng ta chung một sức sống, một năng lực bất khả thuyết này.

Khi đã hiểu, thì ai nỡ tị hiềm với ai? Ai nỡ ghen ghét với ai? Ai nỡ hận thù và trả thù ai? Ai nỡ tranh dành độc ác với ai? Và ai nỡ ăn thịt ai? Vậy thì chúng ta có nên đoạt mạng sống của loài vật mà ăn nữa không? Cũng nên biết đã là loài động vật (hữu tình) thì tất cả đều có bộ óc, đều có hệ thống thần kinh cùng khắp thân thể nên rất nhậy cảm. Khi một vật gì chạm mạnh vào thân một chút là đã đau đớn ngay, huống gì khi bị đổ máu thì thống khổ biết chừng nào !

Tại sao chúng ta luôn bảo vệ mạng sống của chính mình, luôn sợ đau đớn, sợ đổ máu, sợ chết mà chúng ta lại không nghĩ đến những loài vật cũng hệt như ta, chúng cũng cần bảo vệ mạng sống, cũng đau đớn và sợ chết y như chúng ta vậy.

Tội nghiệp thay, chỉ vì nhân quả nghiệp báo, nên họ bị đọa đầy làm súc sinh, mà súc sinh thì vô minh nhiều hơn loài người và không nói được tiếng người; Bởi không thông minh, nên bị loài người bắt nạt, chúng ta đã dùng trí khôn ngoan và sự độc ác mà cướp đoạt mạng sống của họ để nuôi mạng sống của mình, nhưng có biết đâu rằng mọi sự tàn ác ấy, đều phải trả một giá tương ứng, có nghĩa là ăn một miếng thì phải trả lại một miếng.

Luật Nhân Quả và sự bình đẳng tuyệt đối trong Đạo Phật không bao giờ sai, ai gieo nhân nào thì sẽ gặt quả ấy, gieo nhân tốt như làm việc thiện thì sẽ gặt được quả thiện; Gieo nhân Đao Phủ, ăn thịt súc sinh, thì sẽ phải làm thân súc sinh để họ ăn lại chính mình. Chúng ta cứ ăn nuốt lẫn nhau mãi nên vòng Luân Hồi cũng luẩn quẩn mãi không bao giờ dứt, vì nợ thân mạng của nhau!

Cũng chỉ vì vô minh không biết rõ sự thật, hoặc nếu có biết phần nào, thì lại không đủ can đảm để chấp nhận một sự thật đau lòng không thể tránh là: « Đã có ăn thì phải có trả! » ; Trong chúng ta, từ hằng hà sa số kiếp đến nay, hỏi có ai dám nói là:

« Mình chưa hề bao giờ ăn thịt chúng sinh ! »

Vậy đã biết rõ là ai cũng đã từng ăn thịt ai, và ai cũng đã từng làm súc sinh, rồi lại làm người, cứ loanh quanh như thế, thì trong đám súc vật đây, lẽ dĩ nhiên là có những người thân của mình, nếu họ chưa siêu thoát, và cũng rất có thể là có cả tổ tiên, ông bà, cha mẹ, anh chị em họ hàng nội ngoại, bạn bè v...v..., từ nhiều đời, nhiều kiếp của chúng ta cho đến nay, vẫn luẩn quẩn còn đó! Họ ngay đây, trước mắt chúng ta, và đang cho ta một chứng minh thật hãi hùng là đoàn súc sinh trước mắt đó là người thân của ta chứ ai đâu xa lạ gì! Vì chẳng có một ai dám bảo đảm là tất cả mọi người thân của chúng ta trong nhiều đời, nhiều kiếp tới nay đều đã siêu thoát !

Muốn chấm dứt một sự việc vô cùng phức tạp và nan giải này, thì qua Đạo Phật, chúng ta cũng đã hiểu sơ về Luật Nhân Quả, Nghiệp Báo. Qua đạo Phật, chúng ta cũng đã có đường lối Giác Ngộ, để giải thoát chính mình, và giải thoát toàn thể chúng sinh ra khỏi sự đoạ đầy này, thì chúng ta còn đợi gì mà không tu học, không thực hành để sửa chữa ngay những sai lầm vô minh ấy, để từ bi với chính thân tâm mình là không còn ăn mạng chúng sinh nữa :

Vì: ***" Không ăn, thì không phải trả***
Không vay nợ, thì không ai đòi"

Được thế, thì chúng ta không còn tự tình-nguyện làm những kiếp súc sinh, cũng không còn dùng chiếc bao tử của mình để làm cái nghĩa địa chôn vùi biết bao nhiêu thân mạng súc vật, trong đó có cả những người thân yêu của chính mình!

Nếu chúng ta từ chối không ăn mạng sống của chúng sinh nữa, thì đương nhiên ngoài chợ, trong các tiệm ăn, ngoài xã hội, không còn ai mua bán thân mạng hay giết chóc súc vật nữa và cũng đã chấm dứt được việc làm vô ý thức, là việc làm mà không cần sự đồng ý của nhân vật đang bị bắt nạt, đang bị lợi dụng, đang bị hy sinh vô lý cho cả kẻ bán lẫn người mua kia.

Từ chối ăn thịt để tỏ lòng từ bi đối với chính mình, và cũng là để tỏ lòng từ bi đối với muôn loài động vật hữu tình.

Nếu có thể, ta nên ăn chay, ăn càng nhiều càng tốt; Chúng ta tập ăn chay tối thiểu một tháng hai ngày, rồi bốn ngày, rồi tăng lên mười ngày và cứ tiếp tục tăng mãi cho đến khi ăn được trường chay. Ăn chay cũng bổ dưỡng y như ăn thịt cá, nếu chúng ta chịu khó tìm hiểu, thì trong mọi loại ngũ cốc, rau đậu, mọi thứ trái cây cũng có rất nhiều chất bổ dưỡng và vô cùng dồi dào năng lượng.

- ❖ Ăn chay ít bệnh tật
- ❖ Ăn chay tăng tuổi thọ
- ❖ Ăn chay trẻ trung dai
- ❖ Ăn chay thanh tịnh thân tâm.

Ăn chay đỡ tội lỗi hơn là ăn mạng sống, vì dù gì thì loài thực vật là loài vô tình không có bộ óc, không có hệ thống thần kinh nên sự nhậy cảm ít thì sự đau đớn cũng ít hơn, và chúng ta ăn loài thực vật cũng đỡ tội lỗi hơn.

Hãy kính cẩn chắp tay chiêm ngưỡng, tán thán và biết ơn muôn loài, muôn vật, cùng toàn thể vũ trụ đang hài hoà, đang cùng chúng ta hiển hiện một sức sống tuyệt diệu và bất diệt; Đồng thời bằng một tâm thanh tịnh, thật tự nhiên, và vô tư, không phán đoán, không phân biệt, không vướng mắc, chúng ta nguyện thề luôn trân quí và tri ân tất cả những gì đang hiện hữu quanh ta, những gì chúng ta đang có, được như thế thì quả thật ngay đây đúng là Cực Lạc, và cũng ngay đây chúng ta đã có Thế Giới Hòa Bình, Muôn Dân An Lạc:

- Xin Kính Dâng lên mười phương Chư Phật, Chư Bồ Tát, Chư Hiền, Thánh Tăng

- Kính Dâng lên Cha Mẹ Hiện Tiền, Cha Mẹ nhiều đời, Cửu Huyền Thất Tổ từ Vô Thủy.

- Kính Dâng lên Muôn Loài, Muôn Vật, Toàn Thể Vũ Trụ, Kẻ Oán, Người Ân, các Oan Hồn, các Anh Linh, Anh Hùng, Liệt Sĩ, Anh Thư v...v... Âm Dương Đồng Nhất.

Vu Lan
Nén Tâm Hương
Cũng Là Đoá Hoa Tâm

Phong tục, tập quán không thể thiếu, Phật Pháp không rời Pháp Thế Gian, nên mùa Vu Lan Báo Hiếu vô cùng quan trọng, nó mãi mãi trường tồn và bất diệt, vì Vu Lan là Đạo Hiếu, mà đã nói đến chữ ''Hiếu'', thì không còn phân biệt tôn giáo, chủng tộc, mầu sắc, thời gian, không gian. Thật vậy vì Vu Lan là Đạo Hiếu Hạnh, Vu Lan là Đạo khắc cốt, ghi ơn không những đối với các đấng sinh thành mà còn cả với muôn loài, muôn vật quanh ta. Vậy Vu Lan đây, Đạo Hiếu đây, Đạo Ghi Ân đây, không chỉ có một ngày, một mùa, mà chúng ta phải nói rằng Vu Lan đây trong từng phút, từng giây, từng sát na, có nghĩa là Vu Lan không bị giới hạn và dính dáng gì với thời gian! Như thế mới thật là nghĩa : "Vu Lan".

Dù muốn, dù không, đã là con người chúng ta ai chẳng là con cái, ai chẳng là cha mẹ, ai chẳng là dâu rể, ai chẳng là chú bác, cô dì, ai chẳng là ông bà, nội ngoại và ai chẳng là họ hàng, bè bạn v...v...

Nhưng là con người đúng nghĩa thì chúng ta không một ai có thể xa rời lòng hiếu thảo và nếu đã hiếu thì lúc nào cũng hiếu, đâu phải chỉ hiếu trong một ngày Lễ Vu Lan! Tuy nhiên, để nhắc nhở con cháu , và

đồng thời, cũng là để nhắc nhở chính chúng ta về lòng hiếu thảo, sự Ghi Ân và Tạ Ơn vô cùng cần thiết, nên hàng năm chúng ta vẫn không thể nào thiếu được ngày Đại Lễ Vu Lan truyền thống này.

Ngày Lễ Vu Lan, chúng ta ai cũng có một cảm giác riêng: Kẻ vui, người buồn lẫn lộn, để rồi lòng chúng ta cùng chùng xuống, cùng bùi ngùi, xúc động, lắng nghe những kỷ niệm, những công lao hiện tiền và quá khứ của chư Phật Tổ, của các vị ân sư, của Tổ Tiên, ông bà, cha mẹ cùng những người thân v...v...

Bằng một Tâm Thanh Tịnh và chân thành nhất, chúng ta làm đất chuyển, trời rung, sự chiêu cảm cũng sẽ vô cùng bén nhậy, bởi sự thiêng liêng của Âm Dương đồng nhất và Pháp Giới dung thông trong từng giây phút Vu Lan hiện hữu, và Vu Lan suốt cả cuộc đời...

Để cái gạch nối Vô Tướng, Hữu Tướng sâu đậm, trọng đại là chúng ta đây vừa cận kề biết ơn vừa liên hệ mật thiết với ông bà, cha mẹ, tổ tiên, ân sư, thầy tổ, họ hàng, bạn bè với muôn loài, muôn vật chúng sinh, là một đại gia đình, với gạch nối vô-hình và hữu-hình này trong nghĩa Sắc Không của Bát Nhã Tâm Kinh, thật đẹp vô ngần vì nó trọn vẹn cả Đời lẫn Đạo, nếu chúng ta chịu suy tư để hiểu rốt ráo.

Còn gì tuyệt diệu, nhiệm mầu hơn, chúng ta đang hiển hiện nơi đây để cùng nhắc nhở nhau về tấm lòng hiếu thảo, nhắc nhở nhau về ơn nghĩa sinh thành để rồi cùng tán thán, cùng ghi ân và cùng tạ ơn trong buổi lễ Vu Lan này.

Vâng, để cùng nhắc nhở nhau về lòng hiếu thảo thì không thể nào chúng ta không nhắc đến đức Mục-Kiền-Liên thời Đức Phật, một gương đại hiếu, toàn vẹn cả về Đời lẫn Đạo, lòng cực hiếu-thảo ấy bất-diệt muôn thuở, đã và sẽ còn tồn-tại mãi mãi trong những người con có hiếu hoặc nếu không thì cũng noi theo gương tuyệt-vời ấy, thì mới mong trọn bề chữ hiếu được, tại sao vậy?

Chúng ta ai cũng thừa biết là: Ai cho thân mình, ai cho máu, cho thịt, cho xương, cho răng, cho tóc mình? Ai cho mình bú mớm, ai nuôi-nấng mình cực khổ trăm bề cho đến khi khôn lớn, rồi lại vẫn còn phải lo làm sao cho mình có ăn, có học, có nghề và dựng vợ, gả chồng, thậm chí có những bậc cha mẹ đã tròn bổn-phận đối với con, lại tiếp-tục lo đến cháu...

Ôi bao mồ-hôi, bao nước mắt, bao xương máu, bao tiền bạc, bao sức-lực đã dốc hết cho con! Không ai trong chúng ta không biết rằng cha mẹ là những người chung-thủy, tân-tụy, bao-dung nhất trên đời, vì cha mẹ đã cho chúng ta hết và cho đến không còn gì để cho nữa.

Đã hiểu thế, đã thấy Đạo Hiếu ngay trước mắt, mà chúng ta không thể trọn vẹn được thì nói chi đến những chuyện mơ hồ, xa xôi kiếm Đạo gì? Và làm sao mà kiếm được!

Muốn trả hiếu, đền ơn Cha Mẹ, chúng ta có chẻ thân, đốt xác bao đời, bao kiếp cũng chẳng làm sao mà trả được cái công-ơn trời biển này, nếu nói xa rộng hơn thì việc Trả Hiếu riêng cho Cha Mẹ thôi vẫn chưa đủ, thế còn Ông Bà, Thầy Tổ, Đất Nước, Trời Phật và Muôn Loài Chúng Sinh Hữu Tình, Vô Tình trong đời này cũng như hằng-hà sa-số không đếm được Cha Mẹ, Cửu Huyền Thất Tổ v...v... của chúng ta trong quá khứ thì sao?

Thật là vô cùng nan-giải! Vì bằng bất cứ cách nào, chúng ta dùng để Trả Hiếu, Đền Ơn như: Trả bằng tiền tài, trả bằng danh vọng, trả bằng công lao, trả bằng lòng kính trọng, thương xót đến đâu chăng nữa, cũng chỉ là trả được trong muôn một mà thôi.

Vậy muốn trọn vẹn chữ Hiếu cũng như muốn trả ơn được muôn loài thì chỉ có một cách là noi gương Đức Mục-Kiền-Liên mà Tu; Nói như thế không có nghĩa là tất cả mọi người trong chúng ta đều phải Xuất Gia Đi Tu, chỉ tùy hoàn cảnh mà Tu, Tu Hành có nhiều cách: Tu tại gia, Tu xuất gia, chúng ta Tu cách nào cũng đều đạt được mục đích tối thượng là trọn vẹn cả hai mặt Đạo và Đời.

Để kết luận là chúng ta đang từ lòng hiếu thảo, nghĩa báo đền, nếu tiến lên một bước sâu sắc hơn là chúng ta biến Đạo Hiếu Vu Lan thành Đạo giải thoát. Đạo giải thoát là Đạo Giác Ngộ, muốn giác ngộ phải được mang thân con người, vì chỉ có thân người như chúng ta là có đầy đủ sáu căn: Mắt, Tai, Mũi, Lưỡi, Thân, Ý nên mới có thể Tu Hành đến Giác Ngộ, Giải Thoát được. Vậy thì tại sao chúng ta không dùng ngay Thân này mà Tu ngay chứ còn chờ tới Kiếp nào mới được làm người có 6 Căn để mà Tu! Có nghĩa là dùng thân này để Tu Hành sao cho hết Vô Minh, vì hết Vô Minh là Giác Ngộ. Khi đã Giác Ngộ là đã Giải Thoát khỏi Phiền Não, Sinh Tử, là Giải Thoát được chính mình và sẽ Giải Thoát được người, trong đó đương nhiên có tất cả các Cha Mẹ và muôn loài...Bởi vì quốc độ của người Giác Ngộ, họ là Pháp Giới Dung Thông:

" Một là tất cả, tất cả là Một"

Chúng ta với Nhất Tâm Thanh Tịnh Tuyệt Đối chú Tâm là đang Chiêu Cảm, đang Dung Thông, hòa Đồng Pháp Giới, đang Đồng Nhất Âm Dương... Giây phút này, chính chúng ta cũng chính là quá khứ, là hiện tại, là tương lai, là Nén Tâm Hương Vi Diệu và cũng là Đóa Hoa Tâm để kính dâng lên cho buổi Lễ Vu Lan Báo Hiếu ngày hôm nay và mãi mãi...

Đóa Hoa Cài Áo

Chúng ta đang ở trong thế giới tương đối, thì đương nhiên phải bị ảnh hưởng với đời sống đầy khái niệm tương đối này, trong suốt cuộc đời.

Vì đang sống và đang chấp từng khái niệm với những cảnh giới hiện hữu, Tương Đối này là thật có, nên lúc nào chúng ta cũng đắm chìm trong ý niệm phân biệt hình tướng, danh từ, lời nói Nhị Biên; Vâng, suốt cả cuộc đời chúng ta hầu như hoàn toàn bị chi phối bởi cái ý niệm kiên cố Nhị Biên: tốt/xấu, có/không, cao/thấp, sang/hèn, yêu/ghét, sinh/tử.

Bởi chấp thật tất cả mọi vật, mọi sự, mọi hình tướng, mọi danh từ lời nói, mọi khái niệm đều là Tương Đối, nên mới có sinh, có tử, rồi ngay đến những bông hoa cũng bị liên hệ mang những nghĩa này, nghĩa kia! Vô tình chúng ta đã ngộ nhận Thật Tướng của vạn Pháp!

Nhưng sự thật trong Đạo Phật thâm sâu, Đệ Nhất Nghĩa thì sự mất còn, chết sống không ảnh hưởng gì đến Phật Pháp vì Chân Tâm, Phật Tính, không tùy thuộc vào sinh tử, nó siêu việt Nhị Biên Tương Đối, siêu việt vũ trụ vạn vật, nhưng nó lại không tách rời mọi hình tướng, muôn hình, vạn trạng của thế gian, vũ trụ này. Chân

Tâm Phật Tính đây, ngay nơi chúng ta, và ở ngay muôn loài, muôn vật.

Với sự thấu hiểu và niềm tin Tuyệt Đối như thế, nên chúng ta biết chắc rằng: Ông Bà, Cha Mẹ, Cửu Huyền, Thất Tổ và ngay cả những Đóa Hoa, cũng đều đang cùng một Lý Sự Vẹn Toàn. Bởi thế, chúng ta sẽ cùng đón nhận những bông hoa vi diệu muôn mầu sắc và không mầu sắc này để cài lên áo, để nhận ra rằng những **Đóa Hoa** mà chúng ta đang cài đó, nó chính là **Hoa**, nó chính là **chúng ta** và nó cũng chính là **Cha Mẹ, Cửu Huyền Thất Tổ**, vì **Pháp Giới Dung Thông, Sắc Không Đồng Nhất**, nên nó thiên biến vạn hóa thế nào chăng nữa thì Chân Tính ấy vẫn không nhiễm bởi muôn cảnh, mà vẫn thường vắng lặng, thường chẳng động, thường tự tại, bởi thế nó không biến mất khi chúng ta chết, nó cũng không phải tái tạo khi chúng ta sinh ra, có nghĩa là nó bất biến thường hằng, cho nên nó không phải mầu sắc của tang tóc hay không tang tóc.

Vu Lan

Vu Lan, Vu Lan, nghĩa thật thâm sâu
Vu Lan, Vu Lan, đẹp tựa ngọc châu
Vu lan biểu lộ :
« Lòng hiếu thảo, dạ Ghi Ân Bất Diệt,
Ơn mười phương, có sức sống nhiệm mầu »

Kìa « Toàn một năng lực linh thiêng vi diệu
Không Sắc, Sắc Không huyền diệu biết bao nhiêu!»
Muôn loài, muôn vật hòa nhịp sống đáng yêu
Động Tịnh, Âm Dương cùng thể, tuyệt mỹ miều

Vu Lan dâng bông
Em cài đóa hồng
Anh cài bông Sắc
Chị cài bông Không

Vu Lan dâng bông
Bé cài bông vàng
Cô cài bông tím
Thầy cài bông xanh

Không là Sắc, Sắc chẳng khác Không
Hoa là Sắc, Sắc chính là Bông
Hoa là Không, Bông cũng là Sắc
Sắc cùng Không đồng thể mênh mông

Ồ,«Phải chăng chỉ đồng một Đóa Chân Không? »
Ôi tuyệt vời thay Không, Sắc Dung Thông
Vũ Trụ ngay em, này : «Âm Dương Đồng Nhất »
Mẹ, Hoa, Em này: « cùng Thể thật mênh mông...»

Khắp chúng sinh cùng chung một "TÍNH"
Sắc với Không nào khác chi mình
Không và Sắc Dung Thông Siêu Thế
Mẹ, Hoa, Cha linh diệu Toàn Minh

Này này :
Dịu mát, chan hòa vi diệu thay!
Cành Hoa vẫn đấy, ngay trên tay
Muôn mầu sắc, và không mầu sắc
Cha chẳng đi đâu, cha vẫn đây

Mẹ chẳng đi đâu, mẹ cũng đây
Ngay trên ngực áo, cài Hoa ấy
Hoa nào, mầu nào mà chẳng vậy
Hóa hiện, Nhiệm Mầu, ai có hay?

Phật Đản Sinh

Với Phật Pháp thì không có sinh không có diệt, không có cái bắt đầu nên không có cái cuối cùng, bởi vậy không có thời gian, cũng không có không gian.

Vì không có không gian, nên không có chỗ để chỉ.

Vì không có thời gian, nên không hề bị gián đoạn.

Nếu còn có chỗ chỉ định được thì còn có giới hạn và gián đoạn là không hợp với chân lý Phật Pháp.

Để đúng với tinh thần Đạo Pháp, chúng ta chỉ có thể tạm gọi là: Mừng Phật Thị Hiện Đản Sinh.

Tuy hiểu như vậy, nhưng chúng ta vẫn phải kính trọng từ ngữ thế gian và truyền thống thế gian, nên vẫn cần làm Lễ Mừng Phật Đản Sinh, mục đích để kỷ niệm, để tán thán, để noi gương và để ghi ân công đức của Đấng Từ Phụ Đại Giác Thích Ca Mâu Ni đã thị hiện Đản Sinh, đã thiên biến vạn hóa, để lại biết bao đường lối, không ngoài một mục đích là thức tỉnh toàn thể chúng sinh chúng ta làm sao ra khỏi được Cơn Trường Mộng Vô Minh! Vì Vô Minh, chúng ta đắm chìm, trôi lăn, phiền não, sinh tử mãi mãi mà vẫn không hay biết gì cả!

Quả đúng như vậy, dù muốn hay không chúng ta đều đang bị chơi vơi với vô minh là chúng ta đang tự chấp mọi thứ trên đời này, cái gì cũng là thật: Thân ta là thật, gia đình của ta là thật, đất nước của ta là thật và v...v...

Vì chấp mọi sự vật là thật nên mới tư túi đủ thứ nào danh vọng, nào tiền tài, nào ái dục, càng nhiều càng tốt cho bản thân, cho gia đình, cứ như thế càng ngày càng tham lam, càng ích kỷ để rồi có sự hơn thua, tranh đấu, đố kỵ, ghét ghen..v...v...tất cả cũng chỉ vì quyền lợi riêng tư! Vì vô minh như thế, chúng ta vô tình không biết là mình đang bị khốn khổ phiền não trói buộc ngày lại ngày càng thêm trầm trọng hơn.

Phúc đức thay cho những ai sớm nhận ra sự việc ấy và đã chán chường cái trò chơi phiền não vô minh này, nên tự mình đi kiếm đường lối để giải thoát, mà muốn giải thoát thì chỉ có một cách duy nhất là dùng một trong những pháp môn của Đức Phật để mà thực hành tu tập.

Tu làm sao cho nhận ra Bản Lai sẵn có của chúng ta, là cái cùng khắp không gian, thời gian đã nói ở trên. Cái ấy nó không hề bị giới hạn mà cũng không hề bị gián đoạn nên nó phải là cùng khắp, mà đã là cùng khắp thì quả đúng là Phật Pháp không rời Thế Gian Pháp; Nghĩa là Phật Pháp không rời vũ trụ vạn vật, cũng là không rời Chúng Sinh, cho nên không có Chúng Sinh thì làm sao có Phật Pháp! Phật Pháp chẳng ngoài

Chúng Sinh và Chúng Sinh chẳng ngoài Phật Pháp, do lẽ đó mà ai tu hành nghiêm chỉnh cũng sẽ thành Phật.

Vậy chúng ta Tu Hành, Thực Tập làm sao để nhận ra được Tự Tính của chính mình thì cái giây phút nhận ra Tự Tính ấy mới đúng ý nghĩa: "Mừng Phật Đản Sinh". Giây phút này thể hiện Phật Đản Sinh của chính chúng ta, đồng thời là lúc chúng ta đã báo hiếu được cha mẹ đời này, cả cha mẹ bao đời trước, và cũng là lúc chúng ta đã đền ơn Chư Phật, Tổ, các Thiện Trí Thức, các Thầy Cô, cùng toàn thể muôn loài, muôn vật v...v...

Mừng Phật Đản Sinh

Nhẹ nhàng én lượn với mây bay
Thoang thoảng trầm hương, vi diệu thay!
Muôn loài hớn hở, phô nguồn sống
Chào đón Đản Sinh, Đức Phật đây.

Chim hót ca, suối đàn hòa tấu
Thác reo vui, hoa nở ngập trời...
Tràn mầu sắc, tung tăng cá lội
Mừng Đản Sinh, Thế Tôn người ơi!

Hào quang chói, mười phương, ba cõi
Tối tăm nào chẳng được chiếu soi
Trường mộng mơ, giật mình tỉnh giấc
Chúng sinh thôi ngụp lặn luân hồi

Toàn vũ trụ nhiệm mầu, vi diệu
Muôn loài chung sức sống đáng yêu
Chưa từng đi, làm sao có đến?
Năng lực này siêu việt, việt siêu!

Đản sinh, ngày ghi ân, kỷ niệm
Đấng đại bi, trí tuệ vô biên
Hướng dạy em: "Vượt Mê, về Giác"
Giác xong thôi, ơn Phật em đền

Thật nghĩa thâm sâu Phật Đản Sinh
Là nhận ra mình, hết điêu linh
Vượt vòng ràng buộc, siêu ba cõi
Là Phật ngay đây, Phật Đản Sinh

Mừng Phật ra đời, Phật Thích Ca
Phật vẫn nơi đây với chúng ta
Không trước, không sau, năm với tháng
Không bao Thế Kỷ, vẫn đây mà

Phật thật là đây, Phật Thích Ca
Không chi là gần, cũng không xa
Ân Phật thâm sâu hằng ngày trả
Phật, "tiếng cười vui" khắp mọi nhà...

Lễ Mộc Dục

(Lễ Tắm Phật)

Tắm Phật đây không có nghĩa thật là Tắm Phật, vì Phật đây là Phật Tính, mà đã là Phật Tính thì tự nó đã Thanh Tịnh, Trong Sạch Tuyệt Đối rồi, chúng ta là những kẻ phàm phu, đầy ô nhiễm, làm sao lại có thể Tắm cho Phật được?

Nhưng để noi gương Đức Phật, Ngài đã Tu Hành vô cùng gian lao, khổ cực, Ngài cũng hướng ngoại tìm cầu, tầm sư học Đạo mãi mà không đạt được kết quả gì! Cho đến một ngày, Ngài phải tọa Thiền và tự hướng vào Nội Tâm mình, mới Giác Ngộ, là nhận ra Phật Tính sẵn có nơi Ngài và Phật Tính ấy cũng sẵn có ở muôn loài chúng sinh chúng ta.

Chúng ta cũng có Phật Tính, chỉ vì Vô Minh Tham, Sân, Si che lấp mà thôi. Nay chúng ta chịu Tu Hành, không cầu Phật bên ngoài mà tự hướng vào Nội Tâm, Tu sao để ông Phật của chúng ta hiện ra cùng là sửa đổi mọi thói hư, tật xấu, xả buông hết mọi tập khí: ích kỷ, ngạo mạn, ghét ghen, độc ác..v..v..Thì đó là một cách Tu đứng đắn nhất, đúng nghĩa nhất, và cũng chính là chúng ta đang Tự Tắm, đang Tự Thanh Tịnh Thân Tâm chúng ta.

Để cho thật đúng với ý nghĩa Tắm Phật, chúng ta hãy cố gắng thể hiện, và Thanh Tịnh Chính Thân Tâm mình. Còn Lễ Mộc Dục đây chỉ là một lễ Noi Gương, Tán Thán, và Tri Ân Đức Từ Phụ Thích Ca Mâu Ni mà thôi.

Chân Ngộ
Tà Ngộ
và Minh Sư

Thật vô cùng khó nói, khó giải thích và khó phán xét cho sự Giác Ngộ chân chính của mình và của người chỉ vì chúng ta đã hằng hà sa số kiếp sống trong Nhị Biên (có không, thật giả, sang hèn, cao thấp, sinh tử ... cùng với những tập khí sâu dầy ích kỷ, ghét ghen, tranh chấp, ác độc, hận thù, bắt buông, tư lợi...v...v...)

Cho nên về mặt đời: Lúc nào chúng ta cũng có thói quen nhận phần hay, phần phải về mình. Đối với người nhiều khi ta hoàn toàn sai mà cũng cố biện minh, che đậy làm sao cho mình thắng mới thôi; Còn đối với chính bản thân mình thì cũng vậy, tự mình đã rõ biết hết, nào: Phải/trái, đúng/sai, đẹp/xấu, nhưng lại cũng tự mình biện minh che đậy, tự mình giả dối với chính mình, tự mình dàn xếp lương tâm cho yên ổn để sống thoải mái, đôi khi có chút lương tri thì cũng bị dằn vặt một chút rồi lại quên đi! Cứ như thế hết lúc này đến lúc khác, đời này đến đời khác khó mà thay đổi để rồi tạo Nhân Quả và Nghiệp Báo sâu dầy hơn; Những cái đó đều do Tâm, Ý, Ý Thức Ngã Chấp! (Chung qui chỉ vì chúng ta sống trong Thế Giới Nhị Biên, phân biệt từng giây, từng phút, mọi suy nghĩ, lời nói, hành động đều do Vọng Tâm Thức điều khiển và đều qua bộ óc).

Về mặt Đạo: Thì đại khái cũng như mặt Đời đã nói ở trên, chúng ta đã quen Chấp Ngã! Tất cả mọi người có thiện ý tu hành thì dù là Tu Sĩ hay Cư Sĩ, Nam hay Nữ, màu da nào, chủng tộc nào đều chung một mục đích là muốn thành thiện nhân, có hạnh phúc, đi sâu hơn nữa là muốn được Giác Ngộ giải thoát phiền não sinh tử. Nhưng có bao giờ chúng ta dám tự đối đầu với sự thật để tự phanh phui, phán xét chân thật hoàn toàn (100%) về con người của chính mình thì sẽ rõ như ban ngày. Có lẽ ai cũng đã tự hiểu về mình: Tu Hành ra sao? Đạo Đức thế nào? Tu lâu hay mau? Tu bao đời rồi? Có Tu đúng Chính Pháp hay không? Có đi loanh quanh hay đi Trực Chỉ? Trình độ hiểu biết cỡ nào? Đã Giác Ngộ thật chưa hay chỉ là Giải Ngộ? v...v...

Cứ căn cứ vào hiện tại qua Hình Tướng Hiện Hữu cùng nhiều yếu tố thể hiện của chính mình và của từng cá nhân mà nhận xét. Chúng ta không thể chỉ nhận xét qua chiếc áo Tu đang mặc đời này, mà nên nhìn thâm sâu hơn, bình đẳng hơn bằng nhiều chi tiết vi tế nữa, do những nhân không Tu hay có Tu trong bao đời trước mà có cái quả tương ứng hiện tiền tại đời này về trí tuệ, về phúc báu, do đó chúng ta thấy rất rõ về ta và cũng thấy rất rõ về người :

Qua mặt Hình Tướng Hiện Hữu của Thân Tâm, qua cảnh huống liên hệ trong đời sống được tổng quát tạm vạch sau đây : Chúng ta đẹp hay xấu? Uy nghi hay không uy nghi? Tư cách hay không tư cách? Đạo đức hay không đạo đức? Chân thật hay xảo trá? Bao dung hay nhỏ nhen? Từ bi hay độc ác? Quân Tử hay Tiểu Nhân? Thông Minh hay Ngu Tối? Hoạt bát hay đần độn? Vật chất dư thừa hay nghèo đói? v...v...

Do những dữ kiện trên chúng ta tạm biết có Tu nhiều hay Tu ít? Tu bao đời và cũng tạm biết chúng ta đã đi được bao nhiêu bước hay là đời này mới chập chững đi những bước đầu tiên!

Và đây về Mặt Vô Tướng xin tạm mô tả để rõ phần nào cho sự Giác Ngộ Chân Lý của chính Thân Tâm Ta và của Người ở cỡ nào, tầm mức nào? Qua nhiều điều không thể thiếu sau đây:

Liệu ta :

- Đã biết rõ Bộ Mặt Trước Khi Cha Mẹ Sinh Ra Ta chưa?
- Có Vô Tận Ý và Biện Tài Vô Ngại không? (Không qua bộ óc mà là tự động)
- Có sống hợp với Chân Lý Đạo Đức không?
- Có tài Thiên Biến Vạn Hóa (Tùy Cơ Ứng Biến) một cách nhanh chóng và hợp Đạo Lý không?
- Có Thông Suốt Chân Lý, không còn nghi ngờ và đoán mò không?
- Có Quang Minh Chính Đại không?
- Có còn đủ loại Tập Khí không?
- Có còn Ghen Ghét, Tranh Chấp và Chấp Chước không?

- Có còn ăn gian, nói dối, ác độc không?

- Có còn dị đoan, bám víu thích thú những ma cảnh như: mùi thơm, vị ngọt, ánh sáng, nhìn thấy Phật, Bồ Tát, nghe thấy tiếng này, tiếng nọ không?

- Có Khiêm Cung, Từ Bi, Bình Đẳng không?

- Có lạnh lùng, kiêu mạn, chấp có Chứng Đắc không?

- Có siêng năng, cần mẫn làm việc không ngưng nghỉ không?

- Có còn Nhị Biên không?

- Có còn tư lợi vướng mắc danh, tài, ái dục không?

- Có còn thiên vị hay kỳ thị không?

- Có còn thù hận, nóng nảy, giận dữ không?

- Có ưa nịnh, quan liêu, hưởng thụ không?

- Có thích khoe khoang, kênh kiệu và chường mặt trước đám đông, trên màn ảnh, trên báo chí, truyền thanh, truyền hình không?

Nếu còn có những điều kể trên là còn vướng mắc, vẫn chưa phải là Giác Ngộ chân chính!

Thường thì những người Ngộ hay bị đi vào Chấp Có nên tưởng mình khác đời, khác mọi người, dù là có Thầy Ấn Chứng hay tự mình Ấn Chứng thì cũng thế, và còn tệ hại hơn nhiều! Lý thuyết phải hợp với lời nói và hành động mới đúng là Lý Sự Viên Dung. Lý Sự ấy có bao giờ sai khác được!

Trong Lăng Nghiêm Kinh (*Từ trang 793 đến 905 Quyển II, Dịch Giả Tâm Minh*) phần phân biệt các Ấm Ma tức Ma Ngũ Ấm của chính ta và cả Ma bên ngoài quấy phá (như người có ác ý, ghét ghen và quỷ thần, ma v...v...) Đức Phật đã vạch rõ, nếu Ngộ mà còn có tật này, tật kia là Tẩu Hỏa Nhập Ma, là Tà Ngộ.

Nếu là Tà Ngộ thì :

- ❖ Danh càng thêm Danh
- ❖ Dục càng thêm Dục
- ❖ Tài càng thêm Tài
- ❖ Ái càng thêm Ái
- ❖ Thích hưởng Thụ
- ❖ Ham kẻ hầu, người hạ, lười biếng, vênh váo
- ❖ Kiêu hãnh, lạnh lùng
- ❖ Quan liêu
- ❖ Lố lăng v...v...

Đều là Tẩu Hỏa Nhập Ma!

Nói tóm lại : Chân Lý là ra ngoài Nhị Biên, Chứng Đắc, lý luận, lời nói, mầu da, chủng tộc, nam nữ, tên tuổi, thời gian, không gian v...v... thì còn làm gì có những thứ kể ở trên!

Vì :

"Vô Trụ mới thật là Thường Trụ"

Những danh từ Chân Lý, Phật, Bồ Tát hay Chúa đều là những danh từ tạm gọi thôi. Dù là Phật, Bồ Tát, Chúa hay gì gì chăng nữa cũng không thể ra ngoài những:

- ❖ Cái Thanh Tịnh Tuyệt Đối
- ❖ Cái Trí Tuệ Vô Biên
- ❖ Cái Từ Bi Vô Lượng
- ❖ Và Sự Bình Đẳng Vô Ngần Mé.

Những thứ này Vô Tướng mà lại không rời Hữu Tướng cũng như Phật Pháp chẳng rời Thế Gian Pháp bao giờ!

Căn cứ vào mọi lý lẽ kể trên chúng ta tạm rõ biết về ta, về người và cũng nên can đảm tự hỏi mình một cách chân thật rằng: " Chỉ có 5 Giới thôi mà liệu ta đã giữ được thật chân chính hay chưa?" Để tự lên án, nhận xét và tự Ấn Chứng cho mình Ngộ Đạo ở cỡ nào? Là Chân Ngộ hay là Tà Ngộ? Là Giải Ngộ hay có bị Tẩu Hỏa Nhập Ma không? Và là Minh Sư hay không phải Minh Sư?

Chú Giải : *Tâm Ý Thức Phân Biệt thì luôn tính toán, mưu mô, yêu ghét thích này thích kia.*

Còn Chân Tính vốn Thanh Tịnh Tuyệt Đối, ra ngoài mọi Nhị Biên Phân Biệt.

Năng Lực Vi Diệu

Công năng tự động, tự hiện, vi diệu triền miên
Khắp muôn loài, ngay muôn vật, linh hoạt, hiển nhiên
Toàn bộ sức sống nhiệm mầu, rõ siêu Hình Tướng
Vô lượng, vô hình, mà sao tác dụng vô biên?

Nhưng phải tu:
"Tu, Tu sao Bát Thức chuyển thôi, thành Tứ Trí
Thì Thực Tướng phơi bày, toàn là Năng Dụng, Chân Không
Phải chính, chính em, chính cỏ dại, chính bông hồng?
Phải vũ trụ năng toàn, hằng hiển hiện, dung thông?"

*Lăng Nghiêm Kinh : " Tính là Tướng, Tướng
cũng là Tính"*
*Bát Nhã Tâm Kinh: " Không là Sắc, Sắc chẳng
khác Không"*

*Thực Thể, Hư Thể cùng rỗng lặng một Tính
Không*
*Hỏi: "Mười Phương còn khác? Và Chân Không
có đồng?"*

Vậy nếu còn:
" Chút vướng mắc gì cũng khó, khó vượt tử sinh
Dù bụi nhỏ như Hư Không, vẫn vương vướng mình
Làm sao mà hợp Giác Minh, Vạn Năng, Vạn Pháp?
*Làm sao Siêu Thời Gian, Không Gian, Siêu Tướng,
Hình?"*

Chỗ Một Niệm Chưa Sinh, Chưa Phải Là Phật Tính

Nếu những ai Chấp vào Chỗ Một Niệm Chưa Sinh Khởi là Phật Tính, là Đạo, là Chân Như v...v...thì cũng hơi phiền một chút vì rằng Vô Minh của chúng sinh chúng ta sâu dầy, Vọng Tưởng bời bời, Tập Khí ngất trời, Tự Ngã cao hơn núi cùng với cái Tâm Thức Phân Biệt Nhị Biên Đối Đãi không bao giờ ngưng! Cho nên không dễ gì một sớm một chiều chúng ta vạch được Mây Vô Minh, dẹp được Tập Khí, hạ được Bản Ngã và tới ngay được cái Nguồn Gốc Ý Thức là cái phiền não, phức tạp đã ngăn che Chân Tâm, Phật Tính của chúng ta để mà giải quyết và đạt tới mục đích chúng ta muốn.

Sau đây là tóm thu những trở ngại ngăn che làm chúng ta không nhận ra được Chân Tâm Phật Tính của mình gồm: Ngũ Ấm, Lục Nhập, Thập Nhị Xứ và Thập Bát Giới.

1./ Ngũ Ấm: Là 5 cái ngăn che chúng ta không nhận được Tự Tính :

❖ Ngăn che do ***hình tướng*** (thân và cảnh) thì gọi là **Sắc Ấm**

❖ Ngăn che do ***cảm giác*** thì gọi là **Thọ Ấm**

❖ Ngăn che do ***tưởng tượng*** các danh tướng thì gọi là **Tưởng Ấm**

❖ Ngăn che do ***tâm niệm*** thay đổi bởi các sự vật hoặc đáp ứng với sự vật thì gọi là **Hành Ấm**

❖ Ngăn che do những ***tập quán*** sai lầm chứa chấp trong tiềm thức thì gọi là **Thức Ấm**

2./ Lục Nhập : Là 6 cách thu nạp Trần Cảnh (Tiền Cảnh) : Ngăn che Tự Tính:

- ***Nhãn Căn*** thu nạp **Sắc Trần**
- ***Nhĩ Căn*** thu nạp **Thanh Trần**
- ***Tỉ Căn*** thu nạp **Hương Trần**
- ***Thiệt Căn*** thu nạp **Vị Trần**
- ***Thân Căn*** thu nạp **Xúc Trần**
- ***Ý Căn*** thu nạp **Pháp Trần**

3./ Thập Nhị Xứ: Là 12 chỗ sinh ra sự hay biết : Ngăn che Tự Tính:

- ***Nhãn Căn*** với **Sắc Trần**
- ***Nhĩ Căn*** với **Thanh Trần**
- ***Tỉ Căn*** với **Hương Trần**
- ***Thiệt Căn*** với **Vị Trần**
- ***Thân Căn*** với **Xúc Trần**
- ***Ý Căn*** với **Pháp Trần**

4./ Thập Bát Giới : Là 18 cái riêng biệt giới hạn gồm: 6 Căn, 6 Trần sinh ra 6 Thức : Ngăn che Tự Tính:

- ✓ **Nhãn Căn** Với ***Sắc Trần*** Sinh ra **Nhãn Thức**
- ✓ **Nhĩ Thức** Với ***Thanh Trần*** Sinh ra **Nhĩ Thức**
- ✓ **Tỉ Thức** Với ***Hương Trần*** Sinh ra **Tỉ Thức**
- ✓ **Thiệt Thức** Với ***Vị Trần*** Sinh ra **Thiệt Thức**
- ✓ **Thân Thức** Với ***Xúc Trần*** Sinh ra **Thân Thức**
- ✓ **Ý Thức** Với ***Pháp Trần*** Sinh ra **Ý Thức**

Nay qua nhiều Pháp Môn cũng là phương tiện giúp chúng ta thông qua được những chướng ngại quá khó khăn như đã kể trên, để sẽ thấy được ánh sáng mặt trời thật lộng lẫy sẵn có ấy vẫn đang an nhiên hằng chiếu sáng.

Trước khi trở lại với đề mục trên chúng ta hãy tham khảo sơ lược nhưng cũng khá chi tiết về những đường lối, những phương tiện của những hành giả đi tìm Chân Lý.

Có rất nhiều phương tiện để chúng ta dùng làm bùa hộ mạng cho cuộc hành trình đầy gian khổ khi trở lại quê nhà, là mảnh đất Như Lai. Phương tiện nào cũng tốt cả vì cùng chung một mục đích nhưng có những phương tiện đi hơi lòng vòng và phức tạp tốn thời gian, có những phương tiện quá giản dị thì chưa được rốt ráo, cũng có những phương tiện chỉ như cắt đốn ngọn cây còn gốc rễ lại để y nguyên, và cũng có những phương tiện rất rốt ráo nhưng lỗi của hành giả là khi đi chưa tới mà tự cho là đã tới!

Để đi vào những điều phải làm và phải xong của mục đích nêu trên qua các pháp môn, hãy tạm gọi chúng ta có 8 Thức : Tiền Ngũ Thức, Thức số 6, 7 và 8.

I.- Tu theo Tứ Thánh Đế : Nhiếp Lục Căn.
Tu Thiền "Chỉ" (Thừa Thanh Văn)

Pháp môn nầy hơi phức tạp và khó thực hiện vì nếu "Nhiếp" được 2 Căn thôi thì còn lại 4 Căn kia. Có đôi khi "Nhiếp" được Căn nầy thì lại phì ra Căn khác, mà cho dù có "Nhiếp" được cả 6 Căn đi chăng nữa thì kết quả cũng chỉ là diệt được cảm giác vì mới chỉ đi vào được 5 Thức đầu là Tiền Ngũ Thức mà thôi.

Mục đích của hành giả là **đoạn dứt** Lục Căn, diệt mọi cảm giác; Đi kiếm cái Tịnh sợ cái Động. Sợ cái Tướng đi tìm cái Vô Tướng. Bỏ cái Khổ đi tìm cái Vui; Những hành giả này **CHẤP THẬT CÓ NGÃ**. Thật có Vạn Vật. Giả sử họ có đoạn diệt được 6 Căn, dứt được mọi cảm giác chăng nữa cũng chỉ là nhất thời vì sự đè nén không phải tự nhiên cho nên khi Một trong Sáu Căn bị tiếp xúc lại với Một trong Sáu Trần thì Nhất Niệm Vô Minh lại hoạt động mạnh mẽ hơn bao giờ hết.

Như vậy là họ vẫn ở trong Nhất Niệm Vô Minh, vẫn trong Tương Đối, để chỉ suy tư về **Vật Luận (Duy Vật Luận)**. Chấp thật có Thân thì bị có Thân chướng ngại; Có Thân chướng ngại thì Chân Tính bị Thân che khuất.

Cho nên :

- Đi kiếm Toàn Tịnh mà không có Động là chưa phải Chân Lý Tuyệt Đối.

- Bỏ Tướng đi kiếm Vô Tướng cũng chưa đúng lắm vì Vô Tướng là Tướng, Tướng là Vô Tướng (*Sắc tức thị Không, Không tức thị Sắc*) vậy hủy bỏ Tướng để đi kiếm Vô Tướng cũng vẫn chưa phải là Chân Lý Tuyệt Đối.

II.- Tu theo Thập Nhị Nhân Duyên.

Tu Thiền "Quán" : (Thừa Duyên Giác).

Pháp môn này cứ "Quán" hết Pháp này đến Pháp kia, sự việc này đến sự việc khác từ thô đến tế theo Thập Nhị Nhân Duyên và vì "Quán" quá mức, vô tình Tâm lúc nào cũng quá bận rộn, căng thẳng để tư duy về **Tâm Luận (Duy Tâm Luận)** nên dù cho có đến được mục đích thì cũng chỉ mới đến được Thức Số 6, là vẫn ở trong Nhất Niệm Vô Minh, trong Tương Đối; còn về Vọng Tưởng thì chỉ tạm lặng, nhưng là lặng phía trên như kiểu đốn cây mà chỉ cắt ngọn cây, còn chừa gốc lại! Tức là Thức Số 7 và 8; Đó là nguồn gốc của Ý Thức còn rất sâu ở phía dưới!

Kết quả : Không đoạn được Nhất Niệm Vô Minh và cũng không dứt được tư tưởng là mục đích của hành giả, vì chưa rốt ráo nên cứ loanh quanh bận rộn trong Vọng Thức để tư duy. Chấp thật có Tâm thì có Tâm chướng ngại; Có Tâm chướng ngại thì Chân Tính bị Niệm

Phân Biệt che lấp; Bởi thế cho nên bên trong bị nhiễu loạn bởi lúc thì Ý Căn hay suy tư, lúc lại Ý Thức phân biệt! Còn bên ngoài Thân Căn luôn luôn bị Phan Duyên hoành hành liên tục do mệnh lệnh của Tâm Ý Thức! Mệt mỏi căng thẳng không ngừng nghỉ như thế thì làm sao mà Lý và Vật dung thông cho được!

Tâm Động quá hay Tịnh quá cũng là chưa rốt ráo vì vẫn trong Tương Đối là Chấp Động, Chấp Tịnh, Chấp Ngã, Chấp Pháp nên chưa hợp với Chân Lý.

III.- Tu theo Lục Độ Ba La Mật.

Tu Thiền "Chỉ, Quán Đồng Tu" : (Thừa Bồ Tát)

Là hạnh và con đường của Bồ Tát, vô cùng từ bi, hy sinh tột độ để phục vụ chúng sinh.

Theo pháp môn này thì khi Thiền mà "Quán" nhiều, căng thẳng quá thì trở về "Chỉ". Và khi về "Chỉ" nó lại quá tịnh lặng thì lại về "Quán". Cứ như thế thì Tâm và Vật hiệp nhất nhưng cũng vẫn trong phạm vi Tương Đối của Nhất Niệm Vô Minh hóa thân, nên lúc Tịnh lúc Động, lúc Vọng Tưởng lúc Không Vọng Tưởng, lúc thấy thanh thanh tịnh tịnh, lúc có hương thơm, lúc có vị ngọt, lúc thấy hào quang, thấy Phật, thấy Tổ v...v...thì lại tưởng là đã về đến mảnh đất Như Lai! Nhưng thực ra là Nhất Niệm Vô Minh vẫn đang trong phạm vi tương đối và nó đang ở trong Vô Thủy Vô Minh là nguồn gốc của Ý Thức. Tuy nhiên hành giả này đã vào đến Thức Số 7, và mon men chớm vào Thức Số 8 nhưng chưa vào được hẳn, mà mục đích của những hành giả này là làm sao phá được Vô Thủy Vô Minh nhưng chưa vào được hẳn thì làm sao mà phá, nên cứ loanh quanh mãi hết "Chỉ" lại

"Quán" hết "Quán" lại "Chỉ" để lúc thì đập Ngã lúc lại đập Pháp, rút cuộc là đi vào ***CHẤP KHÔNG***! Bỏ Tướng đi tìm Vô Tướng vì tưởng cái Vô Tướng là Niết Bàn! Dè đâu Phật Pháp không rời Thế Gian Pháp: Vô Tướng chính là Tướng mà Tướng chính là Vô Tướng: "*Sắc tức thị Không, Không tức thị Sắc*" cũng như Chấp Hữu Trí mà Vô Thân hay Hữu Thân mà Vô Trí đều chưa rốt ráo và chưa hợp với Chân Lý vậy.

IV.- Tu theo Tổ Sư Thiền: Tham Công Án, Thoại Đầu : (Phật Thừa)

Pháp môn : Không dứt, không bỏ, chỉ tự động chuyển mà thôi.

Vì năng lực của Phật Tính quá vi diệu và SiêuViệt nên tự chuyển hóa mọi phiền não, mọi phức tạp thành Phật Tính.

Do lẽ đó :

- Sáu Thức đầu không cần phải dứt bỏ.
- Thức số 7 không cần phải phá.
- Đi thẳng vào Thức số 8 (A Lại Gia) để giải quyết.

Đó là pháp môn Trực Chỉ Chân Tâm, Giáo Ngoại Biệt Truyền, Niêm Hoa Thị Chúng của Đức Phật Thích Ca :

- Không Chấp Ngã, Không Chấp Pháp, Không Chấp Không, Không Chấp Tâm (Phi Tâm, Phi Vật)

- Không trong phạm vi Tương Đối mà là Thật Tướng Tuyệt Đối

- Kết cuộc là Vạn Đức Viên Mãn mà Vô Tu Vô Chứng (Vô Tu Vô Chứng mà Viên Mãn Vạn Đức)

Đây là một phương tiện rất rốt ráo nhưng nó lại là con dao hai lưỡi vì nếu hành giả không chịu khó đi sâu và đi tới cùng thì cũng vô cùng nguy hiểm và vô tình sẽ rơi vào những trường hợp :

- Chưa tới đã cho là tới

- Chưa thâm nhập đã cho là thâm nhập, để rơi vào hoàn cảnh dở dở ương ương v...v...

- Có người chấp ai cũng có Phật Tính rồi thì cứ thẳng tay vào chợ, đi làm việc thiện là xong!

- Có người lại chấp cái khoảng không nghĩ gì là Phật Tính!

- Và cũng có những người rất siêng năng, chịu mọi gian nan khổ cực, khăn gói hành trang đi ngược dòng đời để trở về nhà, nhưng vì sơ ý khi thấy ngôi nhà mát khang trang giữa đường thì lại tưởng là đã đến nhà thật của mình, nên ngừng tại đó, thì cũng giống như những hành giả chấp chỗ một niệm chưa sinh khởi là Phật Tính thì chưa đúng lắm.

Lối Về Nguồn

Tám tư ngàn Pháp Môn, Khai Ngộ chúng sinh
Phương tiện Phật dậy, sao thoát khỏi điêu linh
Vì nghiệp chướng, căn, cơ, cao thấp chẳng đồng đều
Nên thiên biến, vạn hóa, tùy duyên khéo độ quần sinh

Chọn đúng lối về, nhanh, dễ, vẫn hơn
Mau, chậm về nguồn tùy ở Pháp Môn
Đừng Tu nhiều đời, loanh quanh luẩn quẩn
Đừng tốn thời gian trở lại cô thôn!

Dù Pháp Môn nao, dù Giáo Môn nào
Mục đích Giác Ngộ, giải thoát lao đao
Chuyển hóa Thức Tâm, toàn Tri Kiến Phật
Sáng soi mặt trời! Tĩnh lặng làm sao!

Tứ Thánh Đế, Thập Nhị Nhân Duyên
Cả Ba Bảy Phẩm Trợ Đạo, đòi hỏi thật chân chuyên
Thiền : Chỉ, Quán, Giáo Môn, cùng hơi rắc rối
Quán, Chỉ thái quá nên chưa tròn viên.

Tu theo : Tứ Thánh Đế
Tu Thiền : "Chỉ" (Thừa Thanh Văn)

Muốn xả Thọ, Tưởng nên nhiếp Lục Căn
Dứt Tư Tưởng, Diệt Cảm Giác khó khăn
Chỉ Tịnh, Vô Động là chưa thấy Tính
Tuy lặng bề mặt, sâu dưới còn nguyên

Tu theo : Thập Nhị Nhân Duyên
Tu Thiền : "Quán" (Thừa Duyên Giác)

Thiền Quán, Đoạn Diệt Nhất Niệm Vô Minh
Quán đi, Quán lại, cũng khó viên minh
Chỉ Động, Không Tịnh, cũng chưa thấy Tính
Chân Như, Niệm gì mà Diệt mà Sinh?

Tu theo : Lục Độ Ba La Mật
Thiền : "Chỉ, Quán Đồng Tu" (Thừa Bồ Tát)

Tâm Vật hiệp nhất, bi, lực hy sinh
Lục Độ, Thiền Quán, Phá Vô Thủy Vô Minh
Khi Quán, khi Chỉ sâu vào :
Một Thức, một Trần, một Căn hay Đại
Thất Thức chuyển thẳng, thẳng vào Bát Thức
Ấy vậy còn chưa Tự Định, Tự Minh !

Thanh Văn, Duyên Giác, phạm vi Tương Đối
"Ngã, Pháp" còn chấp, luẩn quẩn, lôi thôi
Động, Tịnh không đồng, sao hợp Diệu Tính!
Bồ Tát còn chưa viên trọn chưa rồi

Tổ Sư Thiền
Tham Thoại Đầu, Công Án
Vô Tu, Vô Chứng (Phật Thừa)

Không Vật, Không Tâm, dứt sạch nghiệp sâu
Thiền tham Công Án, hay tham Thoại Đầu
"Phật Thừa", Chân Như là đây Tuyệt Đối
Viên mãn Thật Tướng, Vô Chứng, Vô Cầu

Chẳng Pháp Môn nào mà không nhiệm mầu!
Khó, dễ, nhanh, chậm, thời gian bao lâu
Siêng năng, chân tu một đời là đủ
Công Án, Thoại Đầu, miên mật về mau.

TRỞ LẠI VẤN ĐỀ CHỖ MỘT NIỆM CHƯA SINH KHỞI, CHƯA PHẢI LÀ PHẬT TÍNH

Theo như:

- Lăng Nghiêm Kinh (trang 899 - 900)
- Lai Quả Thiền Sư, Thiền Thất Khai Thị Lục (trang 380 – 381)
- Thiền Sư Duy Lực, sách Duy Lực Ngữ Lục Quyển Thượng (trang 49 và 65)
- Thiền Sư Philip Kapleau , The Three Pillars of Zen, (trang 400)

Thì khi chúng ta Tham Công Án hay Tham Thoại Đầu mà đến được giai đoạn Nghi Tình Thành Khối thì cũng còn cách nhà xa lắm!

Nghi Tình Thành Khối cũng còn được gọi là:

- Đầu Sào Trăm Thước là đã đến được Thoại Đầu, chỗ Một Niệm Chưa Sinh Khởi.

- Là Vô Thủy Vô Minh

- Là nguồn gốc Ý Thức còn gọi là Ổ Tâm Ý Thức là Thức số 7 (Mạt Na Thức) và là Thức số 8 (A Lại Gia Thức)

Nếu công phu được miên mật mới có nghi tình thành khối và đến được chỗ này rồi, mà tâm vẫn còn dính mắc với Ý Thức! nên phải tiến một bước nữa mới lìa khỏi Ý Thức Phân Biệt, giây phút lìa khỏi Ý Thức Phân Biệt gọi là Kiến Tính (Ý Thức là qua bộ óc: Ý thì suy nghĩ, còn Thức thì hiểu và phân biệt). Chân Tâm Phật Tính thì không qua bộ óc.

Những tư duy, lý niệm này nọ không dứt của chúng ta đều là hóa thân của Nhất Niệm Vô Minh, cũng là tác dụng của bộ óc làm chúng ta phiền não và đau khổ trôi lăn trong hằng hà sa số kiếp, nay nhờ phương tiện rốt ráo này lấy độc trị độc là dùng ngay Nhất Niệm Vô Minh để tiến thẳng vào Tuyệt Đối; Nếu muốn được Tuyệt Đối ấy mà không vào được Vô Thủy Vô Minh thì không làm sao phá được cái **CHẤP KHÔNG**! Và nếu không phá được cái **CHẤP KHÔNG** thì không thể thấy được Chân Tâm Phật Tính.

Tóm lại : Cái Tâm Ý Thức là Tâm biết khởi niệm phân biệt, đối đãi, luôn luôn làm việc không hề ngưng nghỉ, lúc nào cũng :

- Có/Không
- Niệm/Không Niệm
- Nghĩ/Không nghĩ

Chúng ta Thiền làm sao, tu làm sao cũng vẫn còn trong đối đãi và còn dính dáng đến cái Ý Thức dù cho có tiến được đến Vô Tâm thì vẫn còn Hữu Tâm là còn cách mặt trời rất xa, cho nên cái chỗ chưa Khởi Niệm này nếu gọi là con số Zero thì còn tạm chấp nhận được, chứ chỗ ấy mà cho là Chân Như thì rất dễ đi vào chỗ Không Ngơ (Vô Ký Không).

Vì :

- Chưa Khởi/Khởi
- Vô Tâm/Hữu Tâm
- Vẫn còn là Nhị Biên Đối Đãi.

Nếu quả thật Chân Lý thì nó không hề bị đứt đoạn. Vì nó không có thời gian nên nó không bị dứt đoạn và nó cũng không có không gian nên nó không có chỗ cố định là ở chỗ này hay chỗ kia, mà nó là trường tồn như mặt trời luôn chiếu sáng, sở dĩ chúng ta nhìn nó lúc tối, lúc sáng là vì mây che mỏng hay dầy, cũng như tâm phân biệt của chúng ta nhiều hay ít và tập khí sâu hay nông, mà tùy theo cho sự nhận ra Tự Tính nhanh hay chậm.

Bởi thế chúng ta nên rất cẩn thận để không rơi vào những trường hợp là chỉ mới đi có phân nửa đường, hay đôi khi mới có một phần trăm đường mà tưởng là đã về đến nhà rồi thì thật đáng buồn lắm thay!

Liên Hệ Tám Thức với Sinh–Tử, và Vô Sinh–Vô Tử

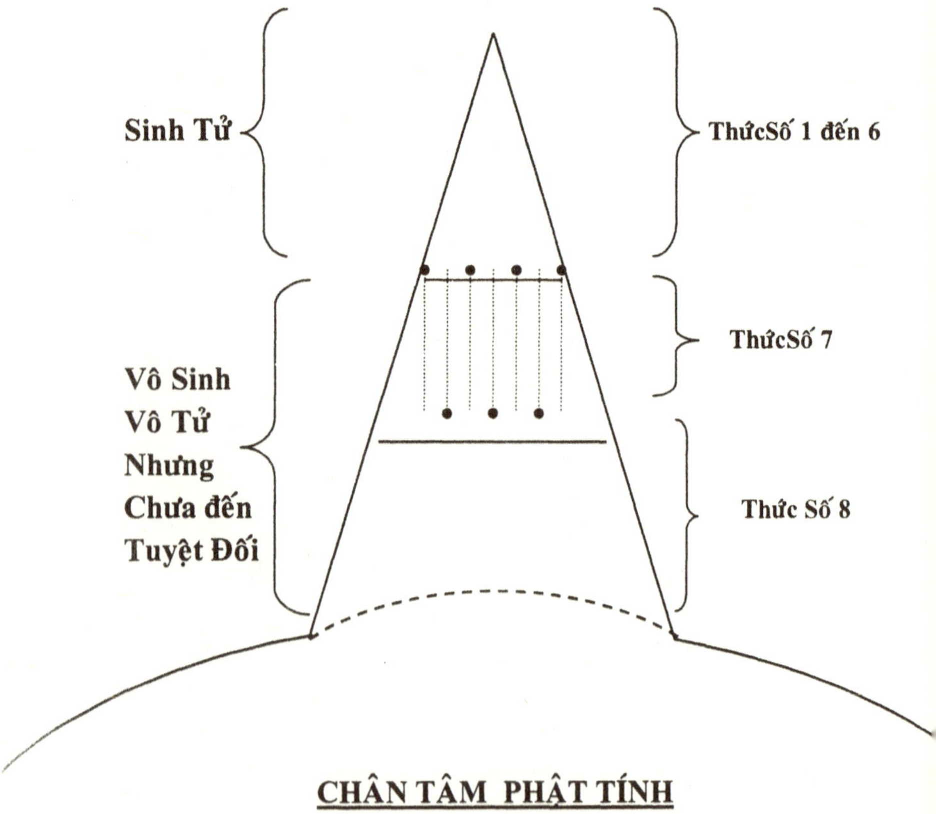

TÂM CHÚNG SINH

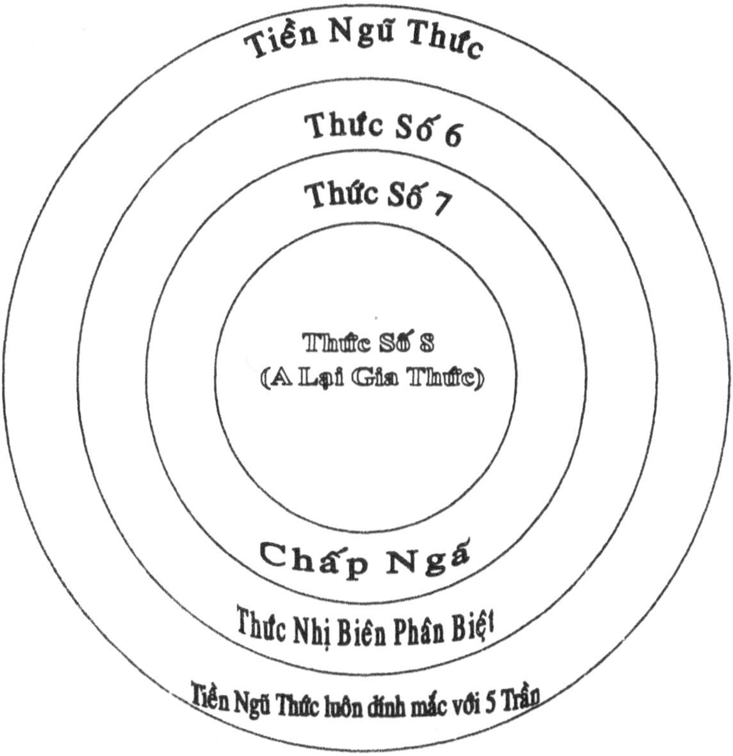

5 Trần: Sắc, Thanh, Hương, Vị, Xúc

TÂM GIÁC NGỘ

(Khi đã Kiến Tính tự động Bát Thức chuyển thành Tứ Trí)

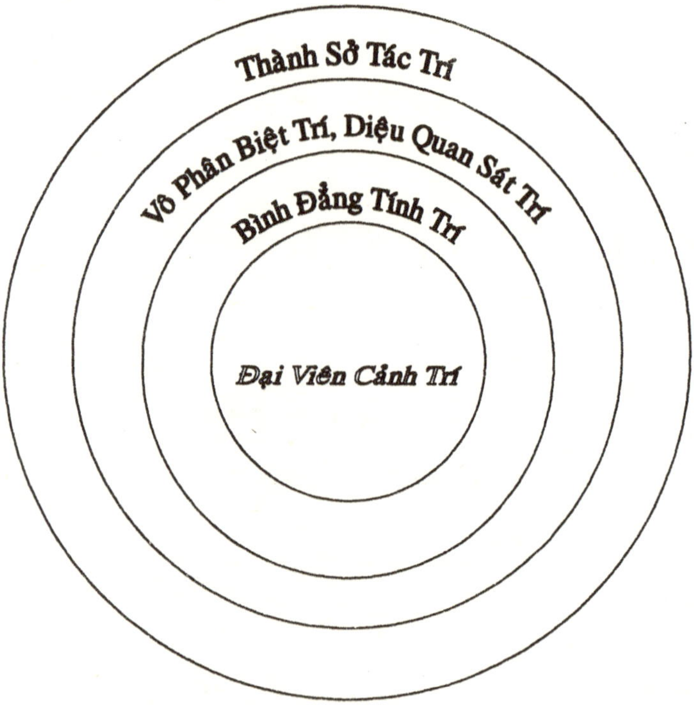

Chỗ Một Niệm Chưa sinh Khởi Chưa Phải là Phật Tính

Vọng Tâm

Đây huyễn hóa là trường mộng ảo
Vì mộng ảo, nên chẳng lý do
Căn, Trần, Thức Nhị Biên so đo
Chỗ nơi nào trong cơn mơ mộng?

Này Tà Niệm, này là Chính Niệm
Đó Nhị Biên vì đó "Có, Không"
Kìa Hữu Tâm, kia đúng Vô Tâm
Đây Thoại Đầu, còn đây Thoại Vĩ

Chân Tâm

Tới thoại đầu, vô Tâm, còn Thức
Vẫn cách xa như Đất với Trời
Đã không "không gian" làm sao có ***Chỗ****?*
Hỏi ***Chỗ*** *nào khởi Niệm?*
Và ***Chỗ nào là Chỗ*** *một Niệm Chưa Sinh?*

Chú Giải :

Những chữ: **Phá Vô Thủy Vô Minh, Đập Ngã, Đập Pháp hoặc Tiến lên một bước, Về Nhà** v…v… Mọi danh từ tạm dùng để diễn tả cho rõ nghĩa mà thôi, chứ thực ra chẳng có Đập, chẳng có Phá, chẳng có Tiến và cũng không có cái gì gọi là Về Nhà. Cũng không có cái gì gọi là: Thanh Văn Thừa, Duyên Giác Thừa, Bồ Tát Thừa hay Tối Thượng Thừa. Tất cả chỉ là muốn hành giả cứ liên tục Tham Thiền cho thật miên mật, đến được giai đoạn Vô Tham rồi thì Nghi Tình Sẽ Thành Khối. Khi thành khối là Đầu Sào Trăm Thước. Khi đến Đầu Sào Trăm Thước phải bước thêm một bước nữa mới hoàn thành mục đích. Khi một hành giả đã Kiến Tính thì Bát thức tự động chuyển thành Tứ Trí:

1./ Tiền Ngũ Thức chuyển thành Thành Sở Tác Trí

2./ Thức Số 6 chuyển thành Vô Phân Biệt Trí hay Diệu Quan Sát Trí

3./ Thức Số 7 (Mạt Na) chuyển thành Bình Đẳng Tính Trí

4./ Thức Số 8 (A Lại Gia) chuyển thành Đại Viên Cảnh Trí

Tên gọi của Tứ Trí này cũng đều là giả danh.

Chết

Đi Về Đâu?

Một đề tài vô cùng trọng đại và chẳng ai là không thắc mắc :

"Chết đi về đâu ? Chết còn hay mất?"

Có một vài giả thuyết :

Người thì cho rằng : Chết là hết, kẻ lại nghĩ rằng: Chết vẫn còn.

Người không chấp nhận Thế Giới Vô Hình, kẻ lại chấp nhận là có cả Thế Giới Vô Hình lẫn Hữu Hình.

Nếu quả thật Chết là hết thì Thế Gian này biết bao người muốn Chết vì Sống quá khổ : Lạnh cũng khổ, nóng cũng khổ, đói cũng khổ, khát cũng khổ, sinh cũng khổ, già cũng khổ, bệnh tật cũng khổ, tham cũng khổ, ái cũng khổ, nghèo cũng khổ, giàu cũng vẫn khổ, có danh cũng khổ, không danh cũng khổ, giỏi cũng khổ, dốt cũng khổ, cái gì cũng khổ! Nếu chúng ta chịu suy tư một chút thì sẽ nhận rõ cuộc đời này gần như toàn phiền não, khổ đau...mà vui và hạnh phúc thì rất là ít (Đây không phải là quan niệm yếm thế mà chỉ là sự thật cho những ai đã nhàm chán trò chơi Vô Minh Sinh Tử).

❖ Những người chấp Chết là hết này, dĩ nhiên không tin là có Thế Giới Vô Hình mà chỉ chấp có Thế Giới Hữu Hình nên chấp thường, chấp đoạn, chấp còn, chấp mất, nhưng sự thực thì nó lại không giản dị như thế! Có thật Chết là hết không? Theo Thuyết Luân Hồi Nhà Phật thì khi Chết không mang theo được cái gì mà chỉ mang theo một cái Nghiệp Lực để đi vào Lục Đạo, tùy theo Nghiệp riêng của từng người.

Chúng ta ai cũng đã biết không nhiều thì ít qua Giáo Lý Nhà Phật, mà đã nói đến Giáo Lý Nhà Phật thì không thể nào không nói đến Luân Hồi và Lục Đạo là : Trời, Người, A Tu La, Ngã Quỉ, Súc Sinh, Địa Ngục; Vậy thì: **"Chết đi về đâu?"** Nếu không nói là tùy từng Nghiệp của từng người mà đi vào Sáu Nẻo này.

❖ Với người sâu sắc có những ưu tư, khắc khoải về cuộc đời, thường nghiên cứu về Phật Pháp thì chấp nhận Sáu Nẻo là sự thật.

Nếu quả như vậy, thì chúng ta nên kiểm điểm chính mình cũng sẽ tạm biết sau khi Chết đi về đâu vì chỉ cần căn cứ vào sự Tu Hành, Đạo Đức hay Không Đạo Đức của chính mình. Cũng như thế, ta căn cứ vào Đức Hạnh hay Không Đức Hạnh và sự Tu Hành của người, thì chúng ta cũng sẽ nhìn thấy mọi người đi về đâu sau khi Chết.

Vậy là chúng ta đã tạm biết sau khi Chết đi về đâu rồi; Xin nhắc lại, thường thì sau khi Chết chúng ta đi vào một trong Sáu Nẻo ấy, tuy nhiên, nếu chịu Tu Hành nghiêm chỉnh theo đúng đường lối, đúng Chính Pháp của Đức Phật qua 84 ngàn Pháp Môn, thì tùy căn cơ và trình độ hiểu biết của chúng ta mà tự chọn cho mình một đường lối thích hợp nhất để Tu, để Học, để Hiểu và quan trọng nhất là khi đã Hiểu thì phải Thực Hành. Được như thế thì chúng ta có thể vượt ra khỏi vòng Luân Hồi, Sinh Tử tức là thoát khỏi Lục Đạo; Vì có Tu là có Sửa mà có Sửa là có Chuyển. Chuyển cái gì? Chuyển Số Mạng, Tai Họa, Nhân Quả, và Giải Thoát Nghiệp Lực của chính mình để ra ngoài Bánh Xe Luân Hồi đang quay cuồng trong Lục Đạo.

Nói đến Giải Thoát Nghiệp Lực, chúng ta không thể nào không nói đến Thế Giới Hữu Hình và Vô Hình. Hữu Hình thì có Hình Tướng nên chúng ta nhìn thấy, còn Vô Hình Không Có Hình Tướng nên chúng ta Không Thể Nhìn Thấy bằng mắt, mà Nghiệp Lực thì Vô Hình Tướng. Xin mở một dấu ngoặc ở đây : "Để nhắc lại cái lý thuyết của nhiều người chấp thường, chấp đoạn, chấp Chết là hết" Khi đã chấp Chết là hết thì dĩ nhiên họ không chấp nhận có Thế Giới Vô Hình, vậy xin hỏi rằng : "Nếu không có Thế Giới Vô Hình thì tại sao từ ngàn xưa đã có sự thờ cúng Ông Bà, Tổ Tiên, thờ cúng các vị Thần Linh, thờ Trời, thờ Phật, cụ thể nhất là nền khoa học văn minh hiện tại càng ngày càng tiến triển, mà các Tôn Giáo vẫn tồn tại và còn phát triển mạnh mẽ hơn bao giờ hết?"

Nói sơ về cái Nghiệp Lực Vô Hình Tướng :

Nghiệp Lực cứ âm thầm dẫn dắt chúng ta trôi lăn trong Lục Đạo : mất Thân này lại quay về đầu thai Thân Xác khác, cứ lẩn quẩn, loanh quanh không bao giờ chấm dứt được, chỉ vì chưa hiểu rõ về Chân Lý Tuyệt Đối, nên chúng ta cứ chấp chặt vào muôn hình vạn trạng của Thế Giới này là Thật, rồi bám víu vào Tên Tuổi, Thân Tâm của mình, của Người nên trong ngoài chướng ngại thì Lý Sự chẳng thông. Khi Lý Vật chẳng thông thì Vọng Niệm hỗn độn thi nhau sinh khởi để tạo tác mọi hành động Thiện Ác, gây Nhân Quả, Nghiệp Báo và lưu chuyển Luân Hồi, do đó Chân Như Tịch Chiếu bị chìm sâu trong Vọng Tưởng! Nếu chúng ta không chịu Hiểu, không chịu Tu Hành thì không có cách gì thoát ra khỏi cái vòng luẩn quẩn ấy! Muốn vượt thoát ra ngoài Sinh Tử như các bậc Bồ Tát, các Chư Phật Tổ, thì chúng ta cũng phải đi đúng đường lối như các Ngài là Tu sao cho Giác Ngộ, mà Giác Ngộ là gì? **Là hiểu và trực nhận ra Bản Thể của chính mình**. Khi đã Hiểu thì sẽ Hành. Hiểu-Hành không rời nhau, nếu đã Hiểu-Hành thật rốt ráo thì đương nhiên sẽ biết rõ **chết đi về đâu** của chính mình, của mọi người và ngay cả của các đấng Giác Ngộ.

Vì là đề tài quan trọng và khá phức tạp nên trước khi bàn luận về cái **"Chết đi về đâu?"** của các đấng Giác Ngộ, thì đây chúng ta hãy ôn sơ từ đầu và đi vào chi tiết hơn cho toàn bộ. Xin nhắc lại về cái **"Chết đi về đâu?"** của chính chúng ta trước đã, rồi sẽ luận về cái **"Chết đi về đâu?"** của các đấng Giác Ngộ sau.

- ✓ Tùy theo sự Mê hay Ngộ để chúng ta tự xét mình và tự hỏi Sáu Nẻo Luân Hồi ấy ở đâu, mắt chúng ta có thể nhìn thấy không, và làm sao để chứng minh được rõ ràng?

Xin thưa rằng :

- ✓ Khi có Tu Hành mà chưa Tu đúng mức, thì chúng ta sẽ đi về một trong Sáu Nẻo như đã nói ở trên là : Trời, Người, A-Tu-La, Ngã Quỉ, Súc Sinh, Địa Ngục.

- ✓ Khi không chịu Tu Hành, thì đương nhiên là đi vào Sáu Nẻo vì Tập Khí thói quen cứ làm những điều dữ, để kết thành Nghiệp dữ, rồi tự Nghiệp cảm do những tội ấy đã gây ra mà tự có Nghiệp chiêu cảm trong Sáu Nẻo của chính mình, chứ không do ai tạo ra Sáu Nẻo ấy cả:

- ✓ Khi Mê thì Một cái Tâm mà chúng ta tự chia thành Sáu : Gọi là Mắt, Tai, Mũi, Lưỡi, Thân, Ý, do đó mới có Sáu Nẻo Luân Hồi!

Khi Ngộ thì lại chẳng có Một mà cũng chẳng có Sáu, qua Bát Nhã Tâm Kinh :

*" Sắc **bất dị** Không, Không **bất dị** Sắc*
*Sắc **tức thị** Không, Không **tức thị** Sắc"*

Có nghĩa là:

*" Sắc **chẳng** khác Không, Không **chẳng khác** Sắc*
Sắc **chính là** Không, Không **chính là** Sắc"

Qua Lăng Nghiêm Kinh :

" **Tính** là **Tướng, Tướng** cũng là **Tính** "

Do lẽ đó, phải chăng Sáu Nẻo ấy cũng vẫn ở đây, ngay trước mắt, và **ngay Thân Tâm** của chúng ta; Dù Mê, dù Ngộ thì Tâm của chúng ta nó vẫn cứ bao trùm cả Thế Giới Vô Hình lẫn Hữu Hình.

1./ Thế Giới Vô Hình : Chỉ có "Một" vì không có Hình Tướng
2./ Thế Giới Hữu Hình : Thì có muôn hình vạn trạng Hình Tướng.
3./ Nhưng Thế Giới Hữu Hình, Vô Hình lại là Một (Qua Bát Nhã Tâm Kinh)

<u>I./ Thế Giới Hữu Hình :</u>

Vẫn theo Chân Lý Bát Nhã ở trên, chúng ta có thể nhìn thấy tất cả Thế Giới Hữu Hình một cách dễ dàng qua Vũ Trụ, Vạn Vật và Con Người ngay đây, thì Sáu Nẻo Luân Hồi cũng ngay đây.

Kìa trên muôn vạn nẻo đường, mười phương thế giới, toàn vũ trụ chỗ nào chẳng có Trời,. chỗ nào chẳng có Người,. chỗ nào chẳng có Súc Sinh, có Địa Ngục, có Ma, có Quỉ, có đầy đủ Tứ Sinh : Thai Sinh, Noãn Sinh, Hóa Sinh, Thấp Sinh với rất nhiều bào thai khác nhau, lối sinh sản khác nhau đang chờ đợi chúng ta sau khi Chết, với muôn vàn Hình Tướng, bộ mặt khác nhau, trình độ hiểu biết khác nhau, phong tục, tập quán khác nhau, tiếng nói khác nhau, xấu đẹp, sang hèn khác nhau..v..v...

Như vậy là khi còn Mê, chúng ta sẽ đi Thọ Thai sau khi Chết vào những Nẻo ấy, tùy theo cái Nghiệp Nhân đã gieo trong đời hiện tại rồi cũng chính cái Nhân này sẽ hội đủ Nhân Duyên, để Nghiệp Lực của chính chúng ta sẽ đưa dẫn đi Thọ cái Nghiệp Quả tương ứng với Nghiệp Nhân đã gieo trồng này, như những trường hợp sau đây :

1) Trường hợp đi Thọ Thai rất nhanh và giản dị:

Cho những ai đã tạo cái Nhân Cực Thiện hay Cực Ác thì tự động người ấy sẽ đi Thọ Thai ngay lập tức, cùng với cái giây phút mới tắt thở (Chết).

- Nếu là Cực Thiện Nghiệp thì tự động người ấy sẽ đi Lên ngay (sau khi Chết) vào một trong Ba Nẻo:

Trời, Người, A Tu La

- Nếu là Cực Ác Nghiệp thì tự động người ấy đi Xuống ngay (sau khi Chết) vào một trong Ba Nẻo:

Ngã Quỉ, Súc Sinh, Địa Ngục

2) Thân Trung Ấm :

Rất hiếm người có Thân Trung Ấm. Vì Thân Trung Ấm là cái Thân Thiện, Ác bất phân (nửa Thiện, nửa Ác tức là 50 % Thiện, 50% Ác) nên chỉ những ai đã tạo Thiện, Ác bằng nhau mới có Thân Trung Ấm.

Để chắc chắn và không thiệt thòi cho những ai bị nằm trong trường hợp đó, nên đã có những buổi Cầu Siêu 7 tuần. Trong vòng 49 ngày này họ sẽ đi Thọ Thai bất cứ lúc nào tùy theo cái Phúc, cái Duyên, cái Nhân Quả, cái Nghiệp riêng, Nghiệp chung cùng sự Thông Minh, hiểu biết riêng rất liên hệ đến sự Tăng Lên hay Giảm Xuống của Thiện hay Ác mà đi Thọ thai như :

- Người nhẹ Nghiệp là người Tốt, có Tu Hành, có Phúc thì thế nào cũng có Nhân Duyên Tương Ứng với Nghiệp Nhân và Nghiệp Quả của người ấy để rồi sẽ gặp được Thiện Tri Thức cũng Tương Ứng như vậy đến để Khai Thị cho họ. Khi hiểu được lời Khai Thị thì ngay lúc đó Thiện

Nghiệp tự động Tăng Lên, và cùng lúc đó họ được đi Thọ Thai liền vào những nơi tốt lành hơn, cao hơn.

- Người Nặng Nghiệp hơn, vì lúc Sinh Thời ít chịu Tu Hành nên Nhân Duyên chỉ gặp người Khai Thị Tương Ứng với cái Nhân Xấu do người ấy đã gieo trồng khi Sống, do đó Thiện Nghiệp đã Không Tăng mà trái lại còn bị Ác Nghiệp Tăng bởi nghe theo sự dẫn dắt sai đường của người Khai Thị! Hoặc lúc bấy giờ gặp những Trái Duyên do ai đó làm cho hoang mang, thì cái Ác Nghiệp cũng bị Tăng thêm, và cùng lúc ấy người đó sẽ tự động phải đi Thọ Báo trong những Nẻo Ác.

3) Trường hợp hơi phức tạp :

➢ ***Những ai ở trường hợp Thiện trên mức trung bình : (51%, 55%, 62% v...v...)***

Nếu Thiện khá cao là tự động có sự định đoạt theo Nhân Quả Nghiệp Báo để đi Thọ Thai vào chỗ tốt đã có sẵn, nhưng vì họ chưa hiểu Phật Pháp rốt ráo nên chấp vào Thân Mạng, Tên Tuổi, Tiền Tài, Danh Vọng, Gia Đình v...v... rồi bám víu, tiếc nuối! Lại thêm người thân khóc lóc, thương sót, níu kéo làm cho Người

Chết hoang mang không đi siêu thoát dù có Thiện Tri Thức Khai Thị!

Nếu Tâm Thức Người Quá Cố tỉnh táo, bình thản, được gia đình hỗ trợ, được Thiện Tri Thức Khai Thị hướng dẫn thì Thiện Nghiệp cũng sẽ thay đổi tốt hơn để đi ngay vào những chỗ cao hơn.

➢ ***Những ai ở trường hợp Thiện dưới mức trung bình (49%, 42%, 38% v...v...)***

Nếu là Thiện thấp thì cũng đã có sự định đoạt theo Nghiệp để đi Thọ Thai vào chỗ xấu đã định sẵn! Nhưng sẽ còn xấu hơn khi người đó đang tiếc Thân Mạng, Gia Đình v...v...Lại thêm Người Thân khóc than, thương tiếc!

Nếu Tâm Thức Người Chết được bình tĩnh, không mê man, Gia Đình ủng hộ trợ duyên, lại được Thiện Tri Thức Khai Thị dẫn dắt thì Thiện Nghiệp tự động sẽ Tăng và sẽ đi ngay vào chỗ tốt hơn.

➢ ***Những ai ở vào trường hợp Ác trên trung bình hay dưới trung bình :***

Thì đại khái cũng như những trướng hợp với mức Thiện trên trung bình hay mức

Thiện dưới trung bình đã được mô tả ở trên thì với Ác cũng y như vậy, tùy theo:

Ác nhiều, Ác ít
Ác trên trung bình
Ác dưới trung bình

Tất cả đều đã có sự an bài về Nghiệp Báo, Nhân Quả của Ác Nghiệp, tuy nhiên còn tùy theo cái Thiện Duyên, Ác Duyên của Người Chết (như đã kể trên) để rồi phần Thiện tăng thí Ác giảm, phần Ác tăng thì Thiện giảm; phần nào nhiều hơn, mạnh hơn sẽ trợ Nghiệp Lực để đưa họ đi Thọ Thai vào chỗ tương ứng với tốt hay xấu.

4) Còn trường hợp nữa:

Những ai Chết trong hoàn cảnh, môi trường không có Nhân Duyên gì với Thiện Tri Thức như những vị không tin bất cứ Đạo Giáo gì, những vị Chết vô thừa nhận, hoặc những vị chết nơi chốn hẻo lánh xa xôi v…v…. nếu không có Thân Trung Ấm thì Thiện Nghiệp và Ác Nghiệp của họ cũng theo như những trường hợp kể trên; Còn nếu có Thân Trung Ấm thì họ cũng phải chờ 7 tuần lễ (trong vòng 49 ngày) do một Nhân Duyên nào đó, hoàn cảnh nào đó, Thiện Tri Thức hay Bất Thiện Tri Thức nào đó, là bất cứ ai. . . hợp với Nghiệp Nhân, Nghiệp Quả, Nghiệp Thiện, Nghiệp Ác của họ để khiến có một câu nói hoặc làm một cái gì vu vơ cho dù cố ý hay không cố ý, cũng sẽ có ảnh hưởng cho Thiện Nghiệp hoặc Ác Nghiệp của họ Tăng Lên hay Giảm Xuống là tùy theo cái nào Tăng Nhiều sẽ Trợ Duyên Mạnh cho cái ấy để mà đi Thọ Thai.

Bởi thế cho nên lúc Sống nên Tu Hành để hiểu rõ về Phật Pháp, vì sẽ tùy tầm mức hiểu biết cỡ nào thì Sự Tỉnh Thức sẽ tương ứng cỡ đó, để không đi vào hôn mê và dĩ nhiên không hoang mang khi Chết; Đồng thời cũng yên tâm vì đã tạm hiểu sau cái Chết mình sẽ đi về đâu và ở đâu, đó là Tự Độ.

Còn cần tha độ thì người Chết cũng nên hiểu thấu đáo cho phần mình là không chấp Thật, không bám víu vào bất cứ cái gì. chỉ nghe theo những lời Khai Thị, dẫn dắt nếu thật Chân Chính, Trực Chỉ của Thiện Tri Thức để đi Thọ Thai cho mau mà tránh mọi bất trắc!

(Chú Ý : Tự Độ và Tha Độ ở đây là trong nghĩa hạn hẹp của Tương Đối; còn Tự Độ và Tha Độ của các Đấng Giác Ngộ thì Tuyệt Đối)

Đám Ma

Buồn thảm ngậm ngùi trong Đám Ma!
Vợ Chồng, con cháu mẹ hay cha
Chị em, bạn hữu Ai nằm đấy?
Quyến thuộc gần xa hay chính Ta?

Không biết đường về khó vượt qua
Chẳng Tu cho đúng, Ma không xa!
Lăng xăng phí phạm năm, ngày, tháng
Sống ngộp Vô Minh, há khác Ma!

Chính Pháp Tu theo Ma ngán a!
Tu sao cho nhận ra thật TA
Về Nguồn, Ma, Người siêu việt hết
Phật, Ma chỉ khác trong Sát Na.

Chúng ta đã có khái niệm và đã hiểu sau khi Chết đi về đâu và ở đâu rồi. Bây giờ sẽ đi vào Thế Giới của tất cả những ai đã Tu Hành rốt ráo hay là của những Đấng đã Giác Ngộ, và ngay cả của chúng ta nữa sau khi đã Giác Ngộ.

Đối với người đời, chúng ta chỉ quen nhìn bằng con mắt Hình Tướng qua muôn loài, muôn vật có Hình Tướng nên cái nhìn hơi nông cạn! Nay muốn biết sự **Chết Đi Về Đâu Của Các Đấng Giác Ngộ** thì chúng ta phải tập nhìn sâu sắc hơn, bằng con mắt Bát-Nhã là con mắt thông suốt **cả Thế Giới Hữu Hình** lẫn **Thế Giới Vô Hình.**

Sau đây, chúng ta hãy thử cùng đi sâu vào **Thế Giới Vô Hình.**

II./ Thế Giới Vô Hình :

Là Thế Giới vô cùng Vi Diệu, Nhiệm Mầu, Giản Dị nhưng rất khó hiểu.

Xin nhấn mạnh và nhắc lại một lần nữa qua Bát Nhã Tâm Kinh. Đức Phật dạy rất thâm sâu, nên chúng ta cũng phải hiểu và nhìn bằng con mắt thâm sâu của Bát Nhã là không hiểu một chiều :

" Sắc **bất dị** Không, Không **bất dị** Sắc "

" Sắc **tức thị** Không, Không **tức thị** Sắc "

Có nghĩa là :

" Sắc **chẳng khác** Không, Không **chẳng khác** Sắc

Sắc **chính là** Không, Không **chính là** Sắc"

Vậy **Không, Sắc** là **Một** và **Không** ở đây không phải là Vô Ký Không; mà **Không** ở đây là : **"Tính Không"**, là **"Chân Không"**.

Khi đã hiểu được về **Sắc Không** một cách khá rốt ráo thì chúng ta đã có câu trả lời về Sáu Nẻo Luân Hồi ở đâu? Cực Lạc ở đâu? Và cũng đã rõ sau khi chết đi về đâu của chúng ta, của các vị Tu Sĩ, của những ai Tu Hành một cách nghiêm chỉnh, rốt ráo và ngay cả của các Đấng Giác Ngộ.

Phải chăng là sau khi Chết mà ngay cả lúc đang sống, các vị Giác Ngộ này ở khắp Pháp-Giới, cùng tận Mười Phương, họ là Muôn Loài, Muôn Vật Hữu-Tình, Vô-Tình, Hữu-Tướng, Vô-Tướng, Sơn Hà Đại Địa, Núi Sông, Cây Cỏ, cả Người, cả Vật, chẳng trong Tam Giới, chẳng ngoài Tam Giới, chẳng theo Sinh Tử, chẳng trụ Niết-Bàn; **Một là tất cả, tất cả là Một**, đồng đều một Bản Thể, **Chân Như Diệu Tính** không thể nghĩ bàn!

Vẫn theo Bát Nhã Tâm Kinh để kết luận ngắn gọn hơn cho đề tài **Chết Đi Về Đâu** này: Nếu thực sự cứ phải xác định rõ về Sự Sống và Sự Chết qua các danh từ, lời nói thì cũng xin tạm diễn tả:

Sự Sống và Sự Chết luôn luôn tiếp diễn không ngừng nghỉ. Cái Chết này có thể tạm nói là một sự tiếp nối của cái Sống; **Sức Sống** trường tồn đây tạm nói được chuyển đổi từ một hình dạng này sang một hình dạng khác, trong một trạng thái khác, một môi trường khác, một cuộc sống mới khác. **Sức Sống trường tồn** thì vẫn thế, không gì thay đổi, nó Bất Sinh Bất Diệt, Tính của nó Trùng Trùng Duyên Khởi nên nó biến hóa khôn lường tùy theo Y Báo, Chính Báo của Chúng Sinh mà có những Hình Dạng khác nhau, nhưng Chân Tính thì không gì gọi là khác cả, nó Thanh Tịnh, Vắng Lặng Tuyệt Đối, thường tự tại, thường chẳng động, không hề nhiễm ô bởi muôn cảnh, thế cho dù Hiện Tượng ra sao, Hình Dạng thế nào cũng không thể nào ra ngoài:

" Cái Tướng mà là Vô Tướng,

Vô Tướng mà là Tướng"

Nói một cách khác thì cái đang Sống là thể hiện cái đang Chết, và cái đang Chết là thể hiện cái đang Sống (Sinh Diệt chính là Chân Lý Bất Biến, «Bất Sinh, Bất Diệt »). Sống Chết Bình Đẳng (Bất Sinh, Bất Diệt), Siêu Việt Sống/Chết, Siêu Việt Sinh/Tử.

Thí dụ : Cuộc đời của một cây nến; Sống Chết Đồng Thời, Đồng Lúc, Sống Chết Bình Đẳng nên Chẳng Sinh cũng Chẳng Diệt. Sống Chết chính là **Pháp Tính** (cái ra ngoài, cái vượt Sống Chết), **Pháp Giới Tính** là như thế đó nên trong Bát Nhã Tâm Kinh :

" Thị Chư Pháp Không Tướng, Bất Sinh, Bất Diệt "

Tức là :

"Tất cả các Pháp trên Thế Gian này đều Không Hình- Tướng, Chẳng Sinh cũng Chẳng Diệt "

Với câu Kinh Bát Nhã ở trên, chúng ta không thể chỉ hiểu một chiều là chỉ có các Pháp Không Có Hình Tướng mới Bất Sinh, Bất Diệt mà chúng ta nên lưu ý thêm một điểm vô cùng quan trọng nữa, cũng vẫn qua hai câu Kinh trong Bát Nhã Tâm Kinh được nhắc đi, nhắc lại nhiều lần:

" Sắc **bất dị** Không, Không **bất dị** Sắc "
" Sắc **tức thị** Không, Không **tức thị** Sắc "

Có nghĩa là :

" Sắc Không chỉ là Một,
Hữu Hình Vô Hình chẳng phải là Hai "

Có hiểu như thế mới là hiểu trọn vẹn về Chân Lý của **Pháp Giới Tính**, nhân đó chúng ta mới thấu rõ:

" Sống Chết chẳng phải Hai,
Sinh Tử chỉ là Một "

Và cũng là đã rõ được cái **Bất Sinh, Bất Diệt** là gì để chẳng còn bị rơi vào tình trạng:

" Hữu Trí Vô Thân
hay Hữu Thân Vô Trí! "

Vô Thỉ Vô Sinh

Thời gian ra sao, trong Biển Không Hải mênh
mông?
Không gian nơi nào, trong rỗng lặng, lặng
Viên Thông
Về đâu, đi đâu, khi mười phương đồng Nhất Thể?
Sinh Tử có còn gì trong « Tuyệt Đối Chân Không? »

Vướng mắc nơi nào, vì ta trụ nơi nao?
Không chi ái nhiễm, hỏi : "Đã sạch Trần Lao"?
Không cột, chẳng trói, phải chăng là giải thoát?
"Diệu Hữu Chân Không" nào còn sợ Chiêm Bao?

Bất sinh, bất diệt, này : "Trường Mộng là đâu"?
Vô Thỉ Vô Sinh làm sao có bắt đầu?
Rỗng không vô trụ, vậy "Ai người cột trói"?
Bất khứ vô lai phải "Ma Ni Bảo Châu"?

Phát Tang, Để Tang, Xả Tang

Những sự xúc động, những tình cảm vui buồn bởi cách cư xử đối với nhau khó mà cảm nhận rõ ràng trong những lúc bình thường chưa có biến cố gì, hoặc nếu có chỉ sơ sơ thôi, thì cái tình thương yêu, lòng hiếu thảo, điều ân nghĩa, cùng mọi sự ăn năn, hối hận đối với người thân như cha mẹ, vợ chồng, con cháu, họ hàng, bạn bè v..v.. ít được tỏ rõ và ít mãnh liệt; Nhưng khi có biến cố như Sự Chết Chóc, thì những thứ tình cảm này được bộc lộ một cách mạnh mẽ, chân thành rõ rệt nhất qua những truyền thống và hình thức của các lễ Phát Tang, Để Tang , Xả Tang và những buổi lễ lạy để cầu xin sự độ trì cho người quá cố, sở dĩ có những truyền thống này là để chúng ta có cơ hội tỏ lòng : Hiếu hạnh, yêu thương, biết ơn, luyến tiếc cũng như những sự hối hận, ăn năn đối với người đã chết.

Với truyền thống, hình thức của những Lễ Lạy ấy mặc dầu chưa rốt ráo cho lắm, nhưng cũng là điều rất tốt để chúng ta có dịp nhóm họp đông đảo, để giúp đỡ, để hộ niệm, để tỏ lòng kính thương, tiếc nuối nhau đồng thời cũng là có dịp nói lên những điều suy tư hợp lý, hợp tình và hữu hiệu hơn cho việc Phát Tang, Để Tang, Xả Tang này. Vậy trong lúc thi hành với những Truyền Thống Lễ Lạy của Tang lễ, hỏi chúng ta có một chút suy tư gì không? Hay chỉ tự động làm theo những tục lệ đã vạch sẵn, là khi sự việc xẩy ra như thế thì phải làm như thế là đã trọn vẹn mọi ân tình, mọi sự hiếu đễ, sót thương đối với người thân yêu của chúng ta rồi! Trong thực tế liệu có đúng như vậy không? Hãy thử luận bàn, vì trước khi làm một việc gì quan trọng, chúng ta không thể không tìm hiểu cho rõ ràng về việc đó.

Trước hết chúng ta hãy định nghĩa cho rõ ràng, khúc triết hơn về việc Phát Tang, Để Tang và Xả Tang này, rồi sau đó sẽ bàn sâu rộng hơn, trọn vẹn hơn về những việc báo hiếu, việc ân đền, nghĩa trả cùng lòng kính trọng, tiếc thương đối với người quá cố.

Định nghĩa tổng quát:

- **Phát Tang**: là sự bắt đầu thi hành cho việc buồn thương, tiếc nuối người đã chết.
- **Để Tang**: Đang thi hành nhiệm vụ và bổn phận của sự buồn thương, nuối tiếc cũng là sự trả hiếu, trả ân nghĩa cho nhau trong một thời hạn cố định.
- **Xả Tang**: Thời hạn, nhiệm vụ và bổn phận Để Tang đã hoàn tất.

Tùy theo sự liên hệ gần hay xa đối với người chết mà có sự ấn định thời hạn Để Tang

✓ **Như Đại Tang**: Là 3 năm (thực ra có 27 tháng)

1. Để Tang Tứ Thân Phụ Mẫu
2. Và để Tang Vợ, Chồng

✓ **Còn Tiểu Tang**: Thì tính từng tháng cho đến tối đa là một năm

1./ Như Tang Anh Chị Em Ruột
2./ Và Tang Họ Hàng Nội Ngoại

Đi vào chi tiết hơn về việc Để Tang, phải chăng khi đang Để Tang là đang tỏ lòng thương sót, đang đền bù, đang biết ơn, trả ơn, đang trả hiếu một cách vô cùng chân thành, nồng nhiệt.

➢ Của các con cháu hiếu hạnh đối với ông bà, cha mẹ, họ hàng.
➢ Của những người vợ, người chồng có tình, có nghĩa.
➢ Của họ hàng, bạn bè tốt đối với người thân thương.

Đồng thời cũng là:

❖ Của những người con, người cháu đã lỡ bất hiếu, bất mục, nay vì biến cố chết chóc này mà họ đang bắt đầu biết thương sót, biết ăn năn, hối hận đối với ông bà, cha mẹ, họ hàng...

❖ Của những người vợ, người chồng đã lỡ bội bạc, xấu xa nay vì biến cố chết chóc này mà họ đã bắt đầu biết ăn năn, hối hận, sót thương nhau.

❖ Và của tất cả những ai là người không tốt trong họ hàng, trong bạn bè v..v.. Nay vì biến cố chết chóc này họ cũng đã biết bắt đầu ân hận về cách cư xử không đẹp đối với người xấu số!

Chẳng Là Đã Trễ ?

Đừng chờ khi chết mới trả hiếu cho nhau
Đừng chờ khi chết mới ân hận u sầu
Hỏi dâng được chi khi mẹ cha đã chết
Để Tang được gì, thêm tủi nhục thương đau !

Đừng chờ khi chết mới trả nghĩa cho nhau
Đừng chờ khi chết mới hối hận bắt đầu
Chà đạp nặng lời suốt cuộc đời chung sống
Để Tang làm gì thêm mai mỉa cho nhau!

Đừng chờ khi chết mới ân đền cho nhau
Đừng chờ khi chết mới thức tỉnh quay đầu
Cho được cái chi khi thầy tôi đã chết
Để Tang được gì hay đau lại thêm đau!

Đừng chờ khi chết mới sử đẹp thương nhau
Sao trong khi sống lại tàn tệ thương đau
Cư sử hài hòa là để Tang khi sống
Chết còn Tang gì, thêm tủi hổ cho nhau!

Chú Ý: Câu số 11 chúng ta có thể để anh, chị, em hay bất cứ tên ai

Một chút suy tư về Phát Tang, Để Tang và Xả Tang:

<u>Về Mặt Hình Tướng</u> : Có bao giờ chúng ta thắc mắc về những việc Phát Tang, Để Tang, Xả Tang có hình thức, có cố định thời gian mà lại tỏ cho đủ hết được lòng sót thương, hiếu hạnh, sự hối hận, ăn năn và sự đền ơn đáp nghĩa? Liệu những hình thức ấy có thật là đã vẹn toàn cho những ý nghĩa linh thiêng này không? Hay là đã quá trễ, không thiết thực và cũng không ảnh hưởng gì cho người đã chết!

Tới đây tưởng cũng không cần có câu trả lời cho sự thắc mắc ở trên, vì mỗi người mỗi ý đều được tôn trọng nhưng có lẽ đa số đều bất đồng với quan điểm không được rốt ráo này.

<u>Về Mặt Vô Hình Tướng</u>: Việc Phát Tang, Để Tang, Xả Tang Vô Tướng đương nhiên là bao la, trọn vẹn và hợp lý hơn vì không có sự giới hạn, cố định thời gian nào cả.

Thực sự mà nói thì có cái gì có thể trả được hiếu, trả được ơn với những công lao trời biển của cha mẹ? Cũng như những ân tình giữa vợ chồng, gia đình, họ hàng v..v.. Thật khó mà đền đáp cân xứng cho nhau, thế cho nên chúng ta đều bị lâm vào tình trạng là chẳng gì trả được và cũng không bao giờ trả xong!

- <u>Tại sao chẳng gì trả được?</u> Quí vị nào có con cái thì đã đều biết từ lúc người mẹ mang thai đến khi sinh nở, nuôi nấng con cực khổ trăm bề, hy sinh vô cùng tận cho đến khi con đã trưởng thành, đã thành đạt rồi mà cha mẹ cũng vẫn còn lo, thậm chí nhiều bậc cha mẹ đã lo xong cho con, lại tiếp tục lo cho cháu; Đấy là trường hợp những đứa con lành lặn, thông minh, ngoan ngoãn; Còn những đứa con tật nguyền hoặc những đứa con hư hỏng, thì ôi thôi cha mẹ còn cực khổ tới đâu? Bút nào mà tả cho xiết được! Vậy thử hỏi chúng ta lấy gì mà trả hiếu cho đồng với công lao xương máu của cha mẹ?

- Tại sao không bao giờ trả xong? Theo thuyết nhà Phật thì gia đình vợ chồng, con cháu, cha mẹ, anh chị em đều vì nhân duyên mà hợp lại với nhau và đều có nguyên do là nợ nần, ân oán, duyên nợ trả vay; Việc vay trả ấy không bao giờ có thể đồng đều, nên mới có sự luẩn quẩn loanh quanh, luân hồi, sinh tử không bao giờ dứt, và sự vay trả, trả vay cũng không bao giờ xong!

Để trở lại vấn đề báo hiếu, trả ân, trả nghĩa, phát tang, xả tang: Nhiều người sẽ nói rằng tổ tiên, cha mẹ đã sinh ra ta thì bổn phận các ngài phải lo cho ta chứ đâu lại cần sự đền bù, trả đi, trả lại kỹ lưỡng đến thế! Xin thưa rằng :

✓ **Về Phương Diện Hình Thức, Lý Lẽ của Thế Gian** thì sự trả ơn, trả nghĩa cho nhau như thế là tạm đủ, hay đã đủ.

✓ **Nhưng về Phương Diện Đạo Lý** có hơi khác vì nó sâu sắc hơn; Qua Giáo Lý nhà Phật thì Cái Nghiệp không hình, không tướng của chính chúng ta nó cứ âm thầm diễn tiến, âm thầm hành động chỉ vì sự vay trả, oán ân không đồng đều nên sự luân hồi, trôi lăn phải bị triền - miên! Do duyên này chưa kịp dứt thì chính chúng ta lại tạo thêm những nhân duyên mới để liên tiếp có nhân, có quả, có nghiệp riêng, nghiệp chung liên hệ với nhau về những ân oán, nợ nần, danh, tài, ái , dục, thân mạng v..v.. Tùy theo ít hay nhiều, sâu hay nông mà tương ứng thành duyên vợ chồng, cha mẹ, anh chị em, họ hàng hay bạn bè trong một thời gian dài, ngắn cũng tương ứng với sự hội tụ và chia lìa ấy. Chúng ta cứ luẩn quẩn, loanh quanh chằng chịt với nhau như thế vì nợ này chưa dứt lại vay nợ kia, do lẽ đó mà sự vay trả, trả vay không bao giờ có thể cân bằng, nên cũng không bao giờ có thể trả xong để chấm dứt.

Sự việc vô cùng phức tạp, phiền não này cũng có thể giải quyết tuy là khó khăn nhưng cũng còn tùy từng quan niệm của từng cá nhân như :

- Người chấp nhận sự việc ấy thì lý luận rằng việc Luân Hồi, vay trả là trò chơi rất vui ...
- Người không chấp nhận thì lại khắc khoải, suy tư và nói rằng : "*Đó là một trò chơi vô minh đầy nước mắt*!" cần chấm dứt.

Để giải quyết vấn đề rắc rối, phức tạp này là làm sao có thể trả hiếu, trả nghĩa, trả ơn cho nhau được trọn vẹn, dứt được ân oán, nợ nần, ngoài vòng Sinh Tử Luân Hồi và cũng là đã Xả Tang. Thì ngay Đức Phật còn ngao ngán, suy tư và cuối cùng cũng phải có biện pháp là **Đi Tu rồi Giác Ngộ** mới thoát ra được cái vòng Luân Hồi rắc rối ấy.

Khi nói đến chữ Tu là ai cũng sợ hãi vô cùng vì tưởng Tu là phải ở chùa, phải xuống tóc, phải mặc áo Cà Sa, phải ăn chay và sống một cuộc đời thật kham khổ v..v... Thực ra thì không ắt hẳn là phải như thế; Dù Tu tại gia mà Tu cho thật nghiêm chỉnh, thì cũng đạt được mục đích y như những người xuất gia ở chùa không hơn không kém một mảy may nào hết, vì Đạo Phật là Đạo Trí Tuệ và Bình Đẳng, ai ăn nấy no, ai làm nấy được, miễn Tu cho đúng đường lối Chính Pháp, Tu sao cho Trực Chỉ để nhận ra được Bản Thể Sẵn Có Của Mình là tự động giải thoát chính mình, giải thoát người và cũng là trọn vẹn việc ân đền, nghĩa trả, việc Để Tang và Xả Tang.

Bởi thế cho nên khi chúng ta bắt đầu Tu là bắt đầu trả ơn, đang Tu là đang trả ơn và khi Tu xong là đã trọn vẹn việc trả ơn cho mọi khía cạnh, dù phức tạp đến đâu về Ân , Oán, Hiếu Đễ, Tình, Tiền, Danh -Vọng ngay cả về Thân Mạng ... Vấn đề Tu Hành dễ hay khó là do thật Tâm chúng ta có muốn hay không muốn mà thôi, nếu muốn thì dễ vô cùng mà không muốn thì lại cũng khó vô cùng!

Để cho những ai muốn Phát Tang, Để Tang và Xả Tang một cách hợp lý rốt ráo cũng chính là sự Tu Trì Chân Chính và thiết thực nhất, thì tại sao chúng ta không Tu ngay bằng cách là thực hành cả Lý lẫn Sự (cả Hình Tướng lẫn Vô Hình Tướng) ngay trong đời sống hàng ngày của chúng ta? Nếu làm được thế thì đây là đường lối Tu Hành nhanh nhất đồng thời cũng là việc Phát Tang, Để Tang, Xả Tang rất thực tế và tuyệt đối !

Thưa vâng, chỉ cần giản dị như thế này trong suốt quãng đời hiện sống:

Là hãy tự hỏi: Tại sao chúng ta không sót thương nhau, không kính trọng nhau, không nhường nhịn, giúp đỡ nhau, không tiếc thương nhau ngay từ bây giờ, tức là chúng ta đang Phát Tang, đang Để Tang nhau khi còn đang sống, để sẽ không có những ân hận, hối tiếc cũng như những gì muốn chứng tỏ, muốn cho nhau không quá trễ! Lý do chúng ta nên thương tiếc nhau ngay, vì mọi Vô Thường, mọi mất mát, mọi tang tóc không ai tránh được! Nó sẽ xẩy ra bất cứ lúc nào, cho nên khi thấy Sự Vô Thường hàng ngày ngay trước mắt , thì chúng ta cũng biết rằng tất cả mọi người thân thương quanh ta đều sẽ phải bỏ ta mà đi bất cứ lúc nào, ngay cả thân ta cũng vậy! Khi đã hiểu như thế thì chúng ta không nỡ nói hay làm những hành động gì không tốt đẹp đối với nhau, mà trái lại chúng ta biết trân quí, biết sót thương, biết ơn nhau trong từng giây phút; Vì hiểu Vô Thường nên chúng ta sẽ tự động biết làm những cái hay, cái đẹp nhất cho nhau như :

- Chúng ta sẽ cư xử với nhau trong tình thương yêu chân thật

- Chúng ta sẽ thật nhã nhặn, khiêm cung, luôn chấp nhận mọi hoàn cảnh tốt, xấu, mọi thiệt thòi và mọi lỗi lầm trong sự hiểu biết Sáng Suốt, Từ Bi.

- Hiểu lẽ Vô Thường dĩ nhiên chúng ta sẽ luôn bao dung, độ lượng, hỷ xả cho nhau ngay cả với những người có tội, và chúng ta cũng sẽ biết hối hận, ăn năn ngay khi gây tội lỗi.

- Hiểu Vô Thường chúng ta sẽ hiếu hạnh từng sát na khi chúng ta còn được cận kề bên cha mẹ.

- Hiểu Vô Thường chúng ta cũng sẽ biết sống trọn tình, trọn nghĩa, biết ơn đối với vợ chồng, con cháu, gia đình, họ hàng, bạn bè v…v…

- Và hiểu Vô Thường chúng ta còn biết ơn, biết trung thành với Quốc Gia, Xã Hội, cùng là yêu thương muôn loài, muôn vật v…v…

Nếu can đảm, kiên trì thực hành được như thế thì quả đúng là chúng ta đang Tu, đang Phát Tang, đang Để Tang tất cả mọi người, đồng thời chúng ta đang Phát Tang, đang Để Tang chính chúng ta trong suốt cuộc đời, không có hạn định, cố định thời gian, và cũng là chúng ta đang Sáng Suốt, Hài Hòa, Từ Bi vui sống trong Thực Hành Tu Trì như những gì đã kể ở trên, rồi lại còn tiếp tục trau dồi để thăng hoa bằng cách là tham khảo, học hỏi, đi sâu vào Kinh -Điển; Dùng Kinh Điển làm Kim Chỉ Nam và dùng một trong 84 ngàn Pháp Môn của Đức Phật làm Công Phu thì lo gì Đạo Đời chẳng vẹn toàn và những việc Phát Tang, Để Tang, Xả Tang cũng đã tự động được giải quyết xong xuôi.

Tôi Hết Để Tang Tôi

Tôi Để Tang tôi ngay từ lúc mới ra đời
Tôi sót thương tôi khó tránh khỏi tả tơi
Tôi biết thân tôi như làn sóng chơi vơi
Tôi sợ cho tôi ngụp lặn mãi luân hồi

Tôi để tang tôi ôi suốt cả cuộc đời
Tôi lo tôi sẽ thành kẻ mồ côi
Tôi lo mất trọn, rồi mất cả thân tôi
Tôi cố sao cho khỏi hối tiếc kịp thời

Tôi Để Tang tôi từ khi mới ra đời
Tôi muốn Vô Thường không khuất phục được tôi
Tôi không muốn mất, và mất hết khơi khơi
Nên tôi là muôn loài, muôn vật tuyệt vời

Tôi để tang tôi ôi đã suốt cả cuộc đời
Minh chứng liên hồi, toàn sinh tử ly bôi
Giả, chân, còn, mất toàn vọng niệm mà thôi
Đồng tịnh, tịnh đồng Tôi Hết Để Tang Tôi

Chỉ vì Bản Ngã, tôi phân tích lôi thôi
Vì Vô Minh dầy, tôi Nhị Biên Tương Đối
Ngã, Pháp, vỡ nhẽ, tôi vượt, tôi thay đổi
Dung thông Tịnh Đồng, Tôi Đã Xả Tang Tôi.

Thủ bút của Hòa Thượng Thích Tâm Châu

PHẬT GIÁO KỲ

Thơ: Tu Sĩ Thanh Tịnh Liên
Nhạc: Tuấn Khanh

giO Vi diệu nhiệm mầu trước mắt ai oi! Gió hát người
ca vang tận chân trời Linh diệu cờ người Đồng Một thể
thôi. Cờ là cờ cờ tay
Cờ là cờ cờ bay. Cờ tung bay Cờ tung bay vui
thay! Lề đón chào uy nghi đến thế này Phật Giao
ky cờ siêu việt hình tướng. Phất phới mà vừa thanh tịnh siêu
thay.

2

Sám Hối

Thơ : Tịnh Liên
Phạm Duy phổ nhạc

hối Sám hối, sám hối. Nguyện cải hối tột cùng Chí tâm
thành Chân sám hối Sám hối, sám hối Sám hối, sám
hối. Vì tội từ tâm khởi (y), nên thân con phạm
lỗi Thật tâm sám hối rồi, con thanh tịnh thân
tâm Chỉ một giới thanh tịnh, con tiêu sạch lỗi lầm
Thanh tịnh thân tâm rồi tinh khiết ấy là con.

www.ingramcontent.com/pod-product-compliance
Lightning Source LLC
LaVergne TN
LVHW100259051026
849517LV00006B/2139
* 9 7 9 8 3 4 9 4 5 8 7 6 7 *